D1680178

டொரினா

(சிறுகதைகள்)

டொரினா

கார்த்திக் பாலசுப்ரமணியன்

யாவரும்
பப்ளிஷர்ஸ்

டொரினா *(சிறுகதைகள்)*
ஆசிரியர்: கார்த்திக் பாலசுப்ரமணியன் ©
முதல் பதிப்பு: நவம்பர் 2017
வெளியீடு: யாவரும் பப்ளிஷர்ஸ்
தொடர்பு: *9042461472, 9841643380*
editor@yaavarum.com, www.yaavarum.com
பக்கங்கள்: *110*
விலை: *ரூ.140*

Torina (Short stories)
by Karthik Balasubramanian ©
First Edition: November 2017
Published by Yaavarum Publishers
Contact: 9042461472, 9841643380
editor@yaavarum.com, www.yaavarum.com
Pages: 110
Price: INR 140

Layout: G. Murugan
Cover: Harisankar

கார்த்திக் பாலசுப்ரமணியன் (1987)

விருதுநகர் மாவட்டம், இராஜபாளையத்தில் பிறந்தவர். கல்லூரிப் படிப்பை கோவையில் முடித்தவர். பணியின் நிமித்தம் நொய்டா, ஜோகன்ஸ்பர்க், சிட்னி போன்ற நகரங்களில் வசித்தவர். தற்போது சென்னையில் மனைவி மற்றும் மகனுடன் வசித்து வருகிறார். மென்பொருள் நிறுவனம் ஒன்றில் தலைமை தொழில்நுட்ப வல்லுநராக பணிபுரிகிறார். இது இவருடைய முதல் சிறுகதைத் தொகுப்பு.

மின்னஞ்சல்: karthikgurumuruganb@gmail.com
அலைபேசி: 9080141462
வலைதளம்: https://karthik-balasubramanian.blogspot.in

எழுத்துலக முன்னத்தி ஏர்களுக்கு
எனது வணக்கங்கள்.

இத்தொகுப்பிலுள்ள கதைகளை வாசித்து, விமர்சித்து அற்புதமான முன்னுரை ஒன்றையும் எழுதித்தந்த எழுத்தாளர் எம்.கோபாலகிருஷ்ணனுக்கும், புத்தகமாக்குவதின் அவசியத்தை விளக்கி, இதற்கு அழகிய அட்டை வடிவமைப்பு செய்துதவிய எழுத்தாளர் ஜீ.முருகனுக்கும், கதைகளை பிரசுரித்த சொல்வனம், மலைகள், அடவி, உயிரோசை, குங்குமம் இதழ்களுக்கும், இத்தொகுப்பை வெளியிடும் யாவரும் பதிப்பகத்தினருக்கும்
எனது நன்றிகள்!

பிழைத்திருத்தம் செய்து உதவிய நண்பர்கள் த.ராஜனுக்கும், பேரா. பாலசுப்ரமணியனுக்கும், இதிலுள்ள கதைகளை வெவ்வேறு காலகட்டங்களில் வாசித்து, அடுத்த கட்டத்திற்கு நகர்த்துவதில் பெரும் பங்காற்றிய அக்காக்கள் விக்னேஷ்வரி, லாவண்யா சுந்தராஜன், நண்பர்கள் மு.ஹரிகிருஷ்ணன், பத்திநாதன், விஜயபாஸ்கர் விஜய் ஆகியோருக்கும்
எனது ப்ரியங்கள்!

இவையெல்லாவற்றையும் சாத்தியப்படுத்த உதவிய எனதருமை மனைவி திவ்யாவுக்கும், மகன் வியனுக்கும்
எனது முத்தங்கள்!

யானை பிழைத்த வேல்

எம்.கோபாலகிருஷ்ணன்

தமிழ்ச் சிறுகதை நூறாண்டு காலத்தைக் கடந்து விட்டது. ஏற்றமும் தாழ்வும் உச்சமும் சரிவுமென பல அலைகளுக்கிடையே தன்னைத் தொடர்ந்து நிலைநிறுத்தியுள்ளது. உள்ளூர் தரம், உலகத் தரம் என்று எந்த அளவுகோலுக்கும் ஈடுகொடுக்கக்கூடிய திடமான கதைகள் தொடர்ந்து எழுதப்பட்டு வருகின்றன.

மணிக்கொடி காலம் தொடங்கி இன்றைய இணைய இதழ்கள் வரையிலான நீண்ட இடையறாத தொடர் ஓட்டத்தில் ஒரு தலைமுறை தன் அடுத்த தலைமுறைக்கு சிறுகதையை கைமாற்றித் தந்தபடி யேதான் உள்ளது. இன்று புதிய எழுத்தாளன் ஒருவனால் எழுதப்படும் புதிய சிறுகதைக்குள் அன்றைய மூத்த முன்னோடி எழுத்தாளனின் சாயலும் குணமும் துளியளவேனும் எஞ்சியே நிற்கிறது. உடலும் பாணியும் மொழியும் காலத்துக்கேற்ப மாறிக் கொண்டிருப்பினும் உள்ளடக்க அளவில் சிறுகதை பெரிய மாற்றங்களுக்கு உள்ளாகவில்லை.

நீதிபோதனைகள் ஒழுக்கவாதம் யதார்த்தவாதம் தனிமனிதவாதம் நவீனத்துவம் பின் நவீனத்துவம் மாய யதார்த்தம், மீபுனைவு என்று பல்வேறு

தேற்றங்கள் சிறுகதை வடிவத்தின்மேல் பொருத்தப்பட்டன.. இவ்வாறான பரிசோதனைகளும் கோட்பாடுகளும் வாசிப்பின் பல்வேறு தரப்புகளே அன்றி எழுதுவதற்கான அடிப்படைகள் அல்ல என்பதை சிறுகதை வெகு அடக்கத்துடன் மொழிந்து நிற்கிறது. காலந்தோறும் முளைத்தெழுந்த தற்காலிக வசீகரங்கள் நிறம் மங்கி தளர்ந்த பின்பும் முன்னோடிகளின் கிளாசிக் கதைகள் தொடர்ந்து வாசிக்கப்பட்டு கொண்டாடப்படுகின்றன. புதிய எழுத்தாளர்களுக்கு சவால் விடுத்து நிற்கின்றன. ஏற்கெனவே சொல்லப்பட்டிருக்கும் பெரும் தொகையிலிருந்து விலகி புதிய ஒன்றை உருவாக்கவும் அவற்றின் மேன்மைகளிலிருந்து தனித்து புதிய சிறப்பொன்றை கண்டடையவும் புதிய சிறுகதையாளன் பெரும் உழைப்பைச் செலுத்த வேண்டியுள்ளது. அதற்கான வாசிப்புப் பின்புலமும் புனைவுத் திறனும் மிக்கவர்களே தனக்கு முன் நிற்கும் பிரமாண்டமான புனைவுலகத்தோடு முட்டி மோதி பொருதிப் பார்க்கத் துணிய முடியும். அத்தகைய முயற்சியில் அவன் மோசமாக தோல்வியுறலாம். கேலி செய்யப்படலாம். ஆனாலும் அவன் முயற்சித்துத் தோற்றவன். யானை பிழைத்த வேல் ஏந்தியவன்.

தமிழ்ச் சிறுகதை இன்று வேண்டி நிற்பது அத்தகைய யானை பிழைத்த வேல் ஏந்தியவர்களையே!

0

கார்த்திக் பாலசுப்ரமணியன் 2011ம் ஆண்டிலிருந்து கதைகள் எழுதுகிறார். இணைய இதழ்களில் பிரசுரம் பெற்றுள்ளன.

புதிய சிறுகதையாளன் பொதுவாக முயற்சிக்கும் கதைகளிலிருந்தே அவரும் தொடங்கியிருக்கிறார். இறுதியில் எதிர்பாராத ஒரு திருப்பத்தை அல்லது அதிர்ச்சியைத் தரும் சிறுகதை இலக்கணத் துக்கேற்ப வெகு கச்சிதமாக எழுதப்பட்டிருக்கும் கதை 'ஒரு காதல் மூன்று கடிதங்கள்.' இலக்கண சுத்தம் கொண்ட இக்கதை திருத்தமான சொல்முறையால் இறுதித் திருப்பம் பெரும் அழுத்தம் பெற்றுள்ளது.

டொரினோ, யயகிரகணம் இரண்டும் பால்யம் அல்லது இளமை சார்ந்த நினைவுகளின் அடிப்படையில் எழுதப்பட்டவை.. பெரும் எண்ணிக்கையிலான இவ்வாறான சிறுகதைகளுக்கு நடுவில் நம்மை கவனிக்கச் செய்வது இவற்றின் விநோதமான தலைப்புகளே..

டொரினோ ஏற்கெனவே தமிழ்ச் சிறுகதைகளில் திரும்பத் திரும்ப எழுதப்பட்ட கதையே. அறிந்தும் அறியாத பருவத்தின்போது வயதில் மூத்த பெண்கள் அவர்களது இயல்பின் காரணமாக நமக்குள் உருவாக்கும் சித்திரத்துக்கு நேர்மாறாக காலத்தின் சுழலில் அவர்கள் சென்றடையும் எதிர்பாராதபொரு இடம் நம்மை சமன்குலையச் செய்வதாகும் அறியத் துடிக்கும் முனைப்பும் வசீகரமும் மிகுந்த நாட்கள் நினைவில் எழும்போதே அன்றைய மனிதர்களின் இன்றைய இருப்பும் மேலெழும்போது நாம் உணரும் சங்கடத்தை இக்கதை முன்னிறுத்துகிறது. தமிழ்ச் சிறுகதைகளில் உலவும் பதின்பருவ அக்காக்களைக் குறித்து எவரேனும் முனைவர் பட்ட ஆய்வை மேற்கொள்ளலாம். அந்த அக்காக்களின் வரிசையில் இன்னுமொரு கதையாக அமைந்துள்ளது டொரினோ.

யயகிரகணம் என்கிற தலைப்பில் உள்ள நவீனமும் கதைநெடுக அது உணர்த்தும் மன இறுக்கமும் கதையைத் தனித்துவப்படுத்தியுள்ளது. நவீன இலக்கியம் சார்ந்த பெயர்களும் சொல்லாடல்களும் கதையின் மையத்துக்கு உதவுவதாயில்லை என்பதை கவனித்திருப்பின் அவற்றை எளிதாகத் தவிர்த்து இதே கதையை வேறு தளத்துக்கு சுலபமாக நகர்த்தியிருக்க முடியும்.

பழகிவந்த சிறுகதைத் தடத்தில் இதுவரையிலும் நடந்திருந்த கார்த்திக் தனது துறை சார்ந்த கிளை பாதையில் அடியெடுக்க முனைந்திருப்பது முக்கியமானது. ‘பார்வை’, ‘லிண்டா தாமஸ்’, ‘பொதுப்புத்தி’ ஆகிய மூன்று கதைகளின் வழியாக தமிழ்ச் சிறுகதை முன்பறியாத புதியதொரு களத்தின் அறிமுகத்தை தர முயன்றிருக்கிறார்.

கடந்த 15 ஆண்டுகளாக தமிழக இளைஞர்களையும் பெற்றோர்களையும் சமூகத்தையும் ஒரு நோய்க்கூறாக பீடித்தி ருக்கும் தகவல் தொழில் நுட்பத் துறை என்கிற மாய உலகைப் பற்றிய வாய்வழிக்கதைகள் ஏராளம். அவற்றுள் கட்டுக்கதைகளும் கணிசமான சதவீதம் உண்டு. இளைஞர்களிடையே இத்துறை செலுத்தியிருக்கும் ஆதிக்கமும் பாதிப்பும் அளப்பரியவை. நம் இன்றைய சமூகத்தின் பல்வேறு மதிப்பீடுகளை வெகு சுல பமாக இத்துறை அசைத்துப் பார்த்திருக்கிறது. ஆட்டம் காணச் செய்துள்ளது. குறிப்பாக பெண்களிடம் இந்தத் துறை

செலுத்தியுள்ள பாதிப்ப சமூக நோக்கிலும் மன நல நோக்கிலும் ஆராயப்பட வேண்டிய ஒன்று. சமீப ஆண்டுகளில் இத்துறை ஏற்படுத்திவரும் நிச்சயமற்ற தன்மையும் பெருத்த அச்சத்தையும் மனஅழுத்தங்களையும் விதைத்துள்ளது.

இந்தத் துறை சார்ந்த இலக்கியங்கள் நமக்கு இதுவரை காட்டியுள்ள பக்கங்கள் பலவும் கட்டற்ற காமத்தையும் போதையையும் களியாட்டத்தையுமே.. அப்படி இல்லையா என்று கேட்டால் அப்படி மட்டுமே இல்லை என்றுதான் பதில் சொல்கிறார்கள். வேறென்ன? என்ற கேள்விக்கு கார்த்திக் போன்ற துறை சார்ந்த இளைஞர்கள் தங்கள் கதைகளின் வழியாகவே பதில் சொல்ல முடியும்.

இளைஞர்களிடமும் பெண்களிடமும் துறை சார்ந்த மன அழுத்தங்களை உறவுச் சிக்கல்களை சொல்ல வேண்டியுள்ளது.. இத்துறைச் சார்ந்தவர்களைப் பற்றிய பொதுவான மனப்பதிவு எத்தகையது என்பதையும் சமூகப் பார்வை எத்தனை ஒருதலை பட்சமானது என்பதையும் சுட்டிக் காட்ட வேண்டிய நிர்ப்பந்தம் இத்துறை சார்ந்தவர்களுக்கே அதிகமும் உள்ளது. கணநேரம் கண்சிமிட்டி உதிரும் எரிநட்சத்திர வாழ்வின் மன அழுத்தம், நாற்பது வயதில் ஓய்வு பெற வேண்டிய அவசரம் தருகிற பதற்றம், குழந்தைப் பேறின்மை தொடங்கி பல்வேறு உடல் உபாதைகள், ஒழுங்கற்ற இணைவாழ்வு என எல்லையற்ற குழப்பங்களும் சிக்கல்களும் கணிசமானவை. வெளியுலகம் முழுக்க அறியாதவை. அல்லது அக்கறை கொள்ளதாவை. இத்துறையின் புழங்குமொழியும் குறியீட்டுச் சொற்களும் புதிய திணைக் கோட்பாடொன்றை உருவாக்குமளவுக்கு வலுவானவை. அனுபவங்களையும் சொல்லாடல்களையும் கொண்டிருப்பவை.

வழிப்போக்கன், விசுவாசம் இரு கதைகளும் மன உலகின் விநோதங்களை அதன் அறியமுடியா ஆழங்களை வெகு இயல் பாக சித்தரிப்பவை. பல சமயங்களில் இத்தகைய நிகழ்வுகள் நம் பலருக்கும் அனுபவமாகும் என்பதால் இவை நமக்கு நெருக்கமான கதைகளாக அமைகின்றன. ஊடகங்களும் சினி மாக்களும் பொதுப் புத்தியில் வடக்கத்தியர்களைக் குறித்து உருவாக்கும் சித்திரத்தை உடைப்பதற்கு இது போன்ற கதைகள் அவசியமாகின்றன.

இதுவரையிலும் சொல்லப்பட்ட எட்டு கதைகளைத் தாண்டி கார்த்திக்கை நம்பிக்கை மிகுந்த சிறுகதையாளராக அடையாளப் படுத்துபவை ‘முடிச்சுகள்’, ‘இரு கோப்பைகள்’ ஆகிய இரு கதைகளே!

முடிச்சுகள் கதையின் தொடக்கம், நகர்வு, முடிவு ஆகிய மூன்றுமே கச்சிதாக உருவாகி நேர்த்தியுடன் அமைந்துள்ளன. தன் தந்தையைப் பற்றிய புதிரான சித்திரத்தை முடிச்சுகளின் வழியாகக் கடந்து வரும் கதை அமைப்பு கச்சிதமாக வார்க் கப்பட்டுள்ளது. இறுதியில் அவன் அடையும் முழுமை இதுவரையிலும் அவிழ்த்த முடிச்சுகளையும்விட மேலும் சிக்கலான முடிச்சாகி அவன் எதிரில் நிற்பது கதையின் மறு தொடக்கமாகிறது. எல்லா அறிதல்களின் இறுதியிலும் எஞ்சி நிற்பது மற்றுமொரு அறியாமையே என்பதை அழுத்தமாகச் சொல்கிறது. அசலுக்கும் பிறர் உருவாக்கும் பிம்பத்துக்கும் நடுவிலான இடைவெளியில் உண்மை எங்கிருக்கிறது என்பதைக் காண்பது அத்தனை சுலபமில்லை.

தொகுப்பின் உச்சமாகி நிற்கும் கதை இருகோப்பைகள். எழுதித் தேர்ந்த கையின் லாவகமும் செறிவும் மொழி அமைதியும் ஒருங்கே அமைந்த சிறப்பான கதை. கதையின் நிகழிடமும் மாந்தர்களும் நமக்கு அன்னியமானவர்களாய் இருப்பினும் இக்கதைத் தொட்டு ணர்த்தும் மையம் உலகளாவிய அனைவருக்கும் பொதுவானது என்பதால் இக்கதை பிற கதைகளிலிருந்து சிறப்பான கவனிப் பைப் பெறும் இடத்தை அடைந்துள்ளது. மனிதர்கள் தொடர்ந்து தங்களுக்குள் அன்னியமாவதும் குடும்பங்கள் உடைபடுவதும் சிறுத்துப் போவதும் முதியவர்கள் மேலும் மேலும் தனிமைப்படுத்தப்படுவதும் இயல்பாகிப்போன இன்றைய காலகட்டத்தில் இக்கதை உணர்ந்தும் வெறுமை அசாதாரண மானது. அந்திமக் காலத்தில் துணையற்றுப் போகும் ஆண்களின் மனச்சுமையை ஒரு துன்பியல் நாடகத்தின் காட்சிகளாக்கிக் காட்டியுள்ளது ‘இரு கோப்பைகள்’.

0

தொடர்ந்து எழுத முனையும்போது கார்த்திக் யோசிக்க வேண்டிய இரண்டு விஷயங்களைக் குறிப்பிட வேண்டும். ஒன்று, ‘பொதுப்புத்தி’, ‘பார்வை’ போன்ற பொதுப் பெயர்கள்

கதைகளுக்குத் தலைப்பாக்குவது. தலைப்பு கதையைத் தாங்கிப் பிடிக்காவிட்டாலும் கீழே விழ வைப்பதாக இருக்கக்கூடாது. இவ்வாறான தலைப்புகள் நமக்குள் உருவாக்கும் பல்வேறு அனுமானங்கள் கதைகளை வாசிக்கவிடாமல் விலக்கி நிறுத்தும் தன்மைகொண்டவை.. இரண்டாவது, தமிழ் சிறுபத்திரிகைகளில் அதிகமும் புழங்கிய சொற்களுக்கு கதைகளில் இடம் தராமல் பார்த்துக் கொள்வது. உதாரணமாக 'நிழல் தேடும் ஆண்மை' என்ற தலைப்பைக் குறிப்பிடலாம்.

வாசிப்பின் பலமும் அனுபவங்களை கதையாக்கத் தேர்ந் தெடுக்கும் நுட்பமும் வாய்க்கப் பெற்ற கார்த்திக் தன் வருகையை இத்தொகுப்பின் மூலம் உரக்கவே அறிவித்திருக்கிறார்.

நிச்சயம் இது யானை பிழைத்த வேல்களில் ஒன்றாகவே இருக்கலாம். அது முக்கியமல்ல. எய்வதற்கான துணிவும் அதற்கான ஆயத்தங்களுமே நல்ல சிறுகதையாளர்களை உருவாக்கும். கார்த்திக் பாலசுப்ரமணியனின் இக்கதைகள் அவ்வாறான நம்பிக்கையைத் தருகின்றன. ◉

உள்ளே...

1. இரு கோப்பைகள்.................. 17
2. முடிச்சுகள்............................ 28
3. பார்வை............................... 34
4. டொரினா............................. 45
5. யயகிரகணம்........................ 55
6. லிண்டா தாமஸ்.................... 67
7. ஒரு காதல், மூன்று கடிதங்கள்.. 74
8. வழிப்போக்கன்..................... 79
9. நிழல் தேடும் ஆண்மை........... 86
10. விசுவாசம்............................ 90
11. பொதுப் புத்தி....................... 98
12. ஐ போன் எக்ஸ்..................... 102

சமர்ப்பணம்
ஆசான் அசோகமித்திரனுக்கு

"வெவ்வேறு மனிதர்கள், அவர்களின் வெவ்வேறு சுபாவங்கள், அவர்கள் வாழும் வெவ்வேறு சூழல்கள். அதையெல்லாம் மாற்றிப் போட்டு இவருக்கு இந்த சூழ்நிலையில இப்படி நடந்தா என்னாகும்னு யோசிக்கறதுலதான் கதை உருவாகுது. பாசிபிளிட்டீஸ் இருக்கிற வரை கதைகள் இருக்கும். எழுதிக்கிட்டே இருக்கலாம்"

இரு கோப்பைகள்

ஞாயிற்றுக்கிழமை இரவுகளுக்கு மட்டும் காற்றில் கனம் கூடிப் போய்விடுகிறது. இன்னதென்று பிரித்தறிய முடியாத மெல்லிய அழுத்தம் வந்து அமர்ந்து கொள்கிறது. அப்படியானதொரு இரவில் வழமைகளில் சிக்கிக்கொண்ட வாழ்வைப் பற்றி மெதுவாக மனதுக்குள் அசை போட்டுக்கொண்டே கட்டிலில் படுத்திருந்தேன்.

முதலில் அந்தச் சத்தம் பக்கத்து வீடுகளில் யாரோ மெதுவாக சுவரில் ஆணியடிப்பதைப் போன்று கேட்டது. அடுத்த முறை அந்தச் சத்தம் நொய்டாவின் தெருவோர தேநீர்க் கடைகளில் சூடான தேநீருக்கு இஞ்சியைத் தட்டிப் போடுவதற்காக இடிப்பதைப் போன்று 'தொப் தொப்'பென்று கேட்டது.

ஆனால் ஞாயிற்றுக்கிழமை இரவு பதினோறு மணிக்கு இவை இரண்டுமே சாத்தியமில்லை. அதுவும் இரவு எட்டு மணிக்கெல்லாம் ஊரடங்கிப் போய்விடுகின்ற, பொதுப் பேருந்தில் பயணம் செய்யும் போது கூட அடுத்தவர்களுக்குக் கேட்டு விடாத கிசுகிசுக் குரலில் பேசும் மக்கள் வாழ்கின்ற 'சிட்னி' போன்ற ஒரு பெருநகரத்தில் சுவர் ஆணிக்கோ, இரவு தேநீருக்கோ இந்நேரத்தில் வாய்ப்பு மிகவும் குறைவு.

''யாரோ கதவத் தட்டுற மாதிரியில்ல'' என்று பக்கத்தில் படுத்திருந்த காவ்யா கேட்கும் போதுதான் அதை உணர்ந்தேன். எங்கள் வீட்டுக் கதவுதான் தட்டப்படுகிறது.

''இந்த நேரத்துல யாராயிருக்கும்'' என்ற அவளின் கேள்வியில் பதற்றமும் மெல்லிய பயமும் ஏறியிருந்தது. எனக்கும் அதே பதற்றமும் பயமும் இருந்தது. ஆனாலும், நாங்கள் வசிப்பது மிகப் பாதுகாப்பானதொரு அடுக்ககக் குடியிருப்பு. உரிய அனு மதியில்லாமல் யாரும் அவ்வளவு எளிதில் உள்ளே வந்துவிட முடியாது. எனவே இங்கே பக்கத்தில் வசிப்பவர்கள் யாராவ தாகத்தான் இருக்க வேண்டும் என்றென்னைச் சமாதானப் படுத்திக்கொண்டு, டீ–சர்ட்டை அணிந்துகொண்டே ஹாலுக்கு சென்றேன். டீ–சர்ட்டை தலை வழியாக நுழைத்துக் கைகளை உள்ளேவிட்டு எடுக்கும் இடைப்பட்ட நேரத்தில், மெல்பர்னில் இனவெறித் தாக்குதலுக்குட்பட்ட மலையாளி ஒருவர் கொடுத்த பேட்டி ஒருமுறை மின்னலடித்துப் போனது.

ஹாலில் விளக்கைப் போட்டுவிட்டு, ''யாரது?'' என்று வின வினேன்.

''கொஞ்சம் கதவைத் திறக்க இயலுமா?'' என்று அட்சர சுத்தமான ஆங்கிலத்தில் ஒலித்த அந்தக் குரலுக்கு வயது அறுப துக்கும் மேலிருக்க வேண்டும்.

''இந்த நேரத்தில் ஏன் கதவைத் தட்டுகிறீர்கள்? யார் நீங்கள்?''

''என் பெயர் மார்க்... மார்க் ஹ௵. உங்களுக்குப் பக்கத்து வீட்டில் தான் வசிக்கிறேன். தயவு செய்து கதவைத் திறங்கள். உங்களிடம் ஓர் உதவி தேவைப்படுகிறது''

எங்களுக்குப் பக்கத்து வீட்டில் ஒரு முதிய தம்பதிதாம் வசிக்கி றார்கள். அவர்களுக்கும் வயது எழுபதுக்கு மேல் இருக்கும். எங்கள் வீட்டு பால்கனியிலிருந்து பார்த்தால் அவர்களது பால் கனி நன்றாகத் தெரியும். ஒரே அடுக்ககக் குடியிருப்பு என்பதால் இருவரது வீடுகளும் கிட்டத்தட்ட ஒரே அமைப்பு கொண்டவை. இரண்டு கட்டில்கள் போட்டாலும் ஒரு குழந்தை சுற்றி விளையாட இடமிருக்கும் அளவுக்குப் பெரிய பால்கனிகள் கொண்டவை. எங்கள் வீட்டு பால்கனியில் பார்பிக்யூ செய்யும் கனல் அடுப்பு ஒன்றை வீட்டு உரிமையாளர் வைத்துவிட்டுப்

போயிருந்தார். நண்பர்கள் கூடும் நாளில் பால்கனியில் அமர்ந்து பார்பிக்யூவில் சுட்ட கறி சாப்பிடுவதுண்டு.

அவர்கள் பால்கனியில், மூங்கில்களால் செய்யப்பட்ட ஒரு காபி டேபிளும் பச்சை வண்ண குஷன் வைத்த இரண்டு மூங்கில் சேர்களும் போடபட்டிருக்கும். வரிசையாக தொட்டிச் செடிகள் வைக்கப்பட்டிருக்கும். தினமும் மாலைப் பொழுது களில் எதிரெதிராக சேர்களில் அமர்ந்து தம்பதிகள் இருவரும் தேநீர் அருந்துவார்கள். மழை நாட்களைத் தவிர்த்து மற்ற நாட் களில் ஒரு சடங்கு போல தவறாமல் இது நடக்கும். பால் சேர்க்காத தேநீரில் கொஞ்சமாகச் சர்க்கரை சேர்த்து, பீங்கான் கோப்பைகளில் கரண்டியால் கலக்கும் போது அவர்கள் எழுப் பும் 'க்ளிங்க் க்ளிங்க்' சத்தம் மிகப் பிரத்யேகமானது. இருவரும் பேசிக்கொண்டே மெதுவாக ஆற அமர அந்தத் தேநீரை சுவைப் பதைப் பார்க்கவே அத்தனை ரம்மியமாக இருக்கும். அவர்களி டையே பகிர்ந்து கொள்வதற்கு தீராதப் பிரியங்களும் கூடவே தேநீரும் எப்போதும் இருந்தது. இது போன்ற தருணங்களில் எதேச்சையாகச் சந்தித்துக்கொள்ளும் போது பொதுவாகப் புன்ன கைத்து வைப்போம்.

சனிக்கிழமை காலைப்பொழுதுகளில் பக்கத்தில் இருக்கும் இந்திய மளிகைக்கடைக்கு நாங்கள் பொருட்கள் வாங்கச் செல் லும் போது, அவர்கள் தள்ளும் வசதி கொண்ட சாமான்கள் வைக்கும் பை ஒன்றை எடுத்துக்கொண்டு பக்கத்தில் இருக்கும் 'ஃப்ளமிங்டன்' காய்கறிச் சந்தைக்கு போய்க்கொண்டிருப்பார்கள். அப்படியாக எதிர்ப்படும் நேரங்களில் ஒரு சிறு தலையசைப்பு. குறுநகை. அவ்வளவுதான் எங்களுக்கும் அவர்களுக்கும் இது வரையான இந்த இரண்டு ஆண்டுகளில் நடந்த தகவல் பரிமாற் றங்கள்.

கதவைத் திறந்ததும் அவர்தான் நின்று கொண்டிருந்தார். வெள்ளை நிறத்தில் ஒரு மெல்லிய காட்டன் சட்டையும் பச்சை நிறத்தில் தடித்த முட்டி வரையிருந்த கால் சராயும் அணிந்திருந்தார்.

"உள்ளே வாருங்கள். உங்களுக்கு நான் எப்படி உதவ இய லும்?"

சோபாவில் அமரச் சொன்னதற்கு மறுத்துவிட்டுப் பேச ஆரம்பித்தார்.

"இந்த நேரத்தில் உங்களைத் தொந்தரவு செய்வதற்கு மன்னிக்கவும். நானும் என் மனைவியும் இன்று பக்கத்திலிருக்கும் பார்க்கில் நடை பழகிவிட்டுச் சாயுங்காலம் ஐந்து மணியளவில் வீட்டுக்கு வந்தோம். வந்ததும் தனக்கு மிகவும் களைப்பாக இருப்பதாகவும் அதனால் கொஞ்சம் நேரம் படுத்துறங்கப் போகிறேன் என்று சொல்லி தூங்கச் சென்றாள். இரண்டு மணி நேரம் கழித்து இரவு உணவுக்கு அழைக்கப் போனேன். அவள் எழவில்லை. அதன் பிறகு இப்போது வரை ஏழு எட்டு தடவைகள் எழுப்பிவிட முயற்சித்தேன். அவள் எழுவது போலவே இல்லை. எனக்கு ஒன்றும் புரியவில்லை. மூளை உறைந்துவிட்டதைப் போலிருக்கிறது. நீங்கள் கொஞ்சம் எழுப்பிப் பார்க்கிறீர்களா?"

மெல்லிய குரலில் இதைச் சொல்லி முடிக்கும் போதும் அவர் குரல் பிசிரவில்லை. சீனர்களுக்கே உரித்தான அந்தச் சின்னக் கண்களில் அதற்கு மேல் எந்த உணர்வையும் விளங்கிக் கொள்ள முடியவில்லை.

தன் வீட்டுக் கதவைப் பூட்டாமல் சாத்திவிட்டு வந்திருக்கிறார். தொட்டுத் தள்ளியதும் திறந்து கொண்டது. வீடு அதிசுத்தமாக இருந்தது. மரத்தாலான உணவு மேசையில் இரவு உணவு தயார் செய்யப்பட்டு மூடி வைக்கப்பட்டிருந்தது. கூடவே இரண்டு பீங்கான் தட்டுகளும் தயாராக வைக்கப்பட்டு இருந்தன. அதற்கு மேல் சுவரில் ஒரு குதிரையின் புகைப்படம் தொங்கிக்கொண்டிருந்தது. நேற்றுதான் வாங்கி விரித்தது போல கார்பெட் புத்தம் புதிதாக இருந்தது. ஹாலில் டி.வி. கூட இல்லை. ஹாலை ஒட்டி உள்ளே சென்ற ஓர் அறைக்கு அழைத்துச் சென்றார்.

"இதுதான் என் மனைவி சோஃபியா. இப்படியொரு தருணத்தில் அறிமுகப்படுத்துமாறு நேர்ந்துவிட்டது. மறுபடியும் தொந்தரவுக்கு மன்னியுங்கள்"

"சோஃபி எழுந்திரும்மா.. சோஃபி.. உன்னைப் பார்ப்பதற்காகப் பக்கத்து வீட்டு இளைஞர் வந்திருக்கிறார். எழுந்து கொள்ளம்மா" என்றார் அதிர்வற்ற குரலில்.

மிகவும் தர்மசங்கடமான நிலையில் நான் நெளிந்து கொண்டிருந்தேன். படுத்துறங்கியது போலிருந்தவரின் கால் பக்கத்தில் இருந்து, "மேடம் சோஃபியா. எழுந்திருங்கள். எழுந்திருங்கள்" என்று எழுப்ப முயற்சித்துக்கொண்டிருக்கும்

போதே மூச்சு வந்து போகிறதா என்று கவனித்தேன். அவரிடத்தில் சிறு சலனமும் இல்லை. இருந்தாலும் அவர் பாதங்களைத் தொட்டு எழுப்ப முற்பட்டேன். அவை சில்லிட்டுப் போயிருந்தன.

முதியவரை வெளியே ஹாலுக்கு அழைத்து வந்து, ‘‘நாம் ஏன் 000 வை அழைக்கக் கூடாது?’’ என்று கேட்டேன்.

‘‘அது தேவைப்படாது. எனக்கும் தெரியும். இருந்தாலும் இந்தப் பாழும் மனது ஏற்றுக்கொள்ள மறுக்கிறது. உள்ளே கொந்தளிக்கும் உணர்ச்சிகளால் எனக்கு அடுத்து என்ன செய்வது என்று தெரியவில்லை. என்னால் எதையுமே யோசிக்கக் கூட முடியவில்லை. அதனால்தான் உங்களை அழைத்து வந்தேன். தயவு செய்து மன்னித்துவிடுங்கள்’’

‘‘உங்களது பிள்ளைகளின் அலைபேசி எண்கள் இருந்தால் தாருங்கள். நான் அழைத்துத் தகவலைச் சொல்கிறேன்.’’

‘‘எங்களுக்கு இப்போது பிள்ளைகள் யாரும் கிடையாது. இருந்த ஒரே மகளும் சிறுவயதிலேயே ஜன்னி கண்டு இறந்துவிட்டாள்’’

‘‘நண்பர்கள் யாராவது?’’

‘‘வில்லியமுக்கு அழைத்துத் தகவல் சொல்ல முடியுமா? வில்லியம் தாமஸ். எங்களுடைய குடும்ப நண்பர்’’

அவர் கொடுத்த எண்ணுக்கு அழைத்துத் தகவலைச் சொன்னேன். வில்லியம், தான் பேசிய ஒவ்வொரு வார்த்தைக்கும் இடையில் ‘‘ஜீசஸை’’ அழைத்துக்கொண்டார். தான் ‘பெண்டில்கில்’லில் இருந்து வர வேண்டும். எப்படியும் அரை மணி நேரமாவது ஆகும். அதுவரை மார்க்குக்குத் துணையாக இருக்க இயலுமா என்று கேட்டுக்கொண்டார். அவர் அப்படிக் கேட்டிருக்காவிட்டாலும் கூட எப்படி இந்நிலையில் உதவி கேட்டு வந்த முதியவரைத் தனியே விட்டு வர இயலும்?

வில்லியம் வந்துகொண்டிருக்கும் தகவலைக் கூறி, மார்க்கை சோபாவில் அமரச் செய்தேன். ஹாலோடு இணைந்திருந்த கிச்சனுள் சென்று அவருக்கு ஒரு கிளாசில் தண்ணீர் கொடுத்தேன். வாங்கி இரண்டு மிடறு குடித்தார். எங்கள் இருவருக்கிடையில்

மௌனம், இரை விழுங்கிய பாம்பொன்றைப் போல ஜீவித்திருந்தது. சோபாவில் சாய்ந்து அமர்ந்தார். அவர் கண்கள் அங்கே தொங்கவிடப்பட்டிருந்த குதிரைப் படத்தின் மீது குத்திட்டிருந்தன.

"நீங்கள் சிட்னியின் புகழ்பெற்ற 'விட்டோரியா காபி'யை சுவைத்திருக்கிறீர்களா?" என்று கேட்டார்.

சில நொடி தயக்கத்துப் பிறகு, "காபி அதிகம் குடிப்பதில்லை. எப்போதாவது மட்டுமே" என்றேன்.

"விட்டோரியா காபியை சிட்னியில் அறிமுகப் படுத்தியவர்கள் இரண்டு இத்தாலியச் சகோதரர்கள். சிட்னியில் இன்று பார்க்கும் இடமெல்லாம் இருக்கும் காபி கடைகளுக்கு ஒரு வகையில் வித்திட்டவர்கள் அவர்கள்தாம். அவர்களின் ஆரம்ப காலக் கடையொன்றில்தான் நான் முதன் முதலில் சோஃபியாவைச் சந்தித்தேன். முதல் பார்வையில் ஈர்க்கும் வசீகரம் சோஃபியாவைப் போன்ற சிலருக்கு மட்டுமே வாய்க்கிறது. நான் வேலை பார்த்த அந்தக் கடையில் அவளும் வேலைக்குச் சேர்ந்தாள். அப்போது நாங்கள் இருவரும் எங்களது இருபதுகளில் இருந்தோம்.

இரண்டாம் உலகப் போருக்குப் பின்னர் ஆஸ்திரேலியாவில் வந்து குடியேறிய போலந்து குடும்பம் அவளுடையது. அவளது அப்பா போலந்து இராணுவத்தில் இருந்து ஓய்வு பெற்றிருந்தார். எனது மூதாதையர்கள் ஆஸ்திரேலியாவுக்கு தங்க வேட்டைக்காக சீனாவின் சியாமென் பகுதியிலிருந்து வந்தவர்கள். பல்வேறு காரணங்களால் பலரும் ஊருக்குத் திரும்பிவிட்டனர். அப்படித் திரும்பாமல் தங்கிவிட்ட ஒரு சில குடும்பங்களில் ஒன்று எங்களுடையது. ஆஸ்திரேலியர்களாக மாறவும் முடியாமல் சீனர்களாகத் திரும்பவும் முடியாமல் தவித்தவர்களில் மிச்சம் நான்.

தூரத்தில் இருந்து அழகிகளை எவ்வளவு வேண்டுமானாலும் ரசிக்கலாம். ஆனால் அவர்களையே பக்கத்தில் வைத்துக்கொண்டிருப்பதைப் போன்ற அவஸ்தை வேறொன்றும் இல்லை. அப்படித்தான் நான் சில காலம் தலையால் நடந்து கொண்டிருந்தேன்.

நல்ல மணமுள்ள காபி போல தான் இருந்தது என்னுடைய காதலும் எத்தனை மூடி மறைத்தாலும் சமயம் கிடைக்கும் போதெல்லாம் காட்டிக்கொடுத்துவிட்டிருந்தது. அவளும் அதை

உணர்ந்திருந்தாள். ஆனால் ஏனோ இருவருமே வெளிக்காட்டிக் கொள்ளவில்லை. அப்போதுதான் 'மெல்பர்ன் கோப்பை' குதிரைப் பந்தயம் வந்தது. கேள்விப்பட்டிருப்பீர்களே. இங்கு மிகவும் பிரசிதம். அப்போட்டி நடக்கும் சில நிமிடங்கள் மொத்த ஆஸ்திரேலியாவும் ஸ்தம்பித்துப் போகும். அதுவரை கடந்த இரண்டு ஆண்டுகளாக 'மழைக் காதலன்' என்ற குதிரையே தொடர் வெற்றி பெற்றிருந்தது. அந்த ஆண்டும் அக்குதிரையே வெற்றி பெறும் என்று திடமாக நம்பினேன்.

ஊரே மாறி மாறிப் பந்தயம் வைத்துக்கொண்டிருந்த போதுதான் நானும் சோபியாவும் எங்களுக்குள் ஒரு பந்தயம் வைத்துக்கொண்டோம். மழைக் காதலன் வெற்றி பெற்றால் அதுவரை என்னிடம் பகிர்ந்து கொள்ளாத ரகசியம் ஒன்றை சோஃபியா சொல்லிவிட வேண்டும். ஒரு வேளை அது தோற்றுப் போனால் அதுவரை அவளிடம் பகிர்ந்து கொள்ளாத ரகசியம் ஒன்றை நான் சொல்லிவிட வேண்டும். இதுதான் பந்தயம்.

பந்தயத்தில் மழைக் காதலனும் நானும் தோற்றுப் போனோம். ஆனால், அதையே சாக்காக வைத்து அவளிடம் என் காதலைச் சொல்லிவிட்டேன். பந்தயத்தில் நான்தான் தோற்றேன் என்றாலும், அவள் என்னிடம் அந்த ரகசியத்தைச் சொன்னாள். அவளுக்கு ஏற்கனவே திருமணமாகி விவகாரத்தும் ஆகியிருந்தது. மேலும் அப்போது அவளுக்கு இரண்டு வயது மகளும் இருந்தாள்.

நான் எப்படி அவளை நேசித்தேனோ அதே போல அவளுடைய மகளான, நீல நிறக் கண்களைக்கொண்ட ஹெலினாவையும் நேசிக்க ஆரம்பித்தேன். அடுத்த ஆறாவது மாதத்தில் எங்கள் திருமணம் நடைபெற்றது. எல்லாம் நல்லபடியாகப் போய்க்கொண்டிருந்தபோது ஒரு நாள் எங்கள் மகள் ஹெலினா, கொள்ளை நோயொன்று கண்டு இறந்து போனாள். அன்றைக்கு அழுததைப் போல் சோஃபியா என்றுமே அழுததில்லை. அப்போது அவளுக்கு வாக்கு ஒன்று கொடுத்தேன் 'எக்காலத்திலும் அவளைத் தனித்துவிட்டுப் பிரிய மாட்டேன்' என்று. இதோ என் வாக்கைக் காப்பாற்ற வாய்ப்பளித்துப் போய்விட்டாள் புத்தி கெட்டவள். புத்தி கெட்டவள்! பைத்தியக்காரி!

இத்தனையும் சொல்லி முடிக்கும் போது எங்கே அழுதுவிடுவாரோ என்று அஞ்சினேன். நல்லவேளை அப்படி யொன்றும் நடக்கவில்லை. சிறிது நேரத்தில் வில்லியம் வந்ததும் விடைபெற்றுக்கொண்டேன்.

◉ ◉ ◉

அந்த வாரம் முழுவதும் அத்தனை அலுவலக நெருக்கடிகளுக்கு இடையிலும் என் மனது முழுவதும் மார்க்கும் சோஃபியாவும் ஆக்கிரமித்து இருந்தார்கள். வெள்ளிக்கிழமைதான் அந்த வாரம் முழுக்க எங்குமே முதியவர் மார்க்கைப் பார்க்கவில்லை என்ற உண்மை உறுத்தியது.

தினமும் காலைப் பொழுதில் வெறும் துண்டை மட்டும் தோளில் போட்டவாறே, முட்டியைத் தொடாத டவுசர் அணிந்து கொண்டு, கைகளை நீட்டி முன்புறமும் பின்புறமும் வெயிலுக்குக் காட்டியபடி பால்கனியில் நின்று கொண்டிருப்பார். காவ்யாவைக் கூப்பிட்டு எங்கேனும் கடைகண்ணிக்குச் செல்லும் வழியில் அவளாவது அவரைப் பார்த்தாளா என்று விசாரித்தேன். அவளும் பார்த்திருக்கவில்லை. எனக்கு என்னவோ சரியாகப்படவில்லை. நேராக அவர் வீட்டுக்குச் சென்று பார்த்து விடலாம் என்று முடிவு செய்தேன்.

அதற்கு மேல் இருப்பு கொள்ளவில்லை. நேராக அவரது வீட்டின் கதவைத் தட்டினேன். திறக்கவில்லை. சில பல தட்டல் களுக்குப் பிறகும் கதவு திறக்கப்படவில்லை

மறுநாள் காலையிலும் முதல் வேளையாகச் சென்று அவரது வீட்டுக் கதவைத் தட்டினேன். பதிலில்லை. அன்றைக்கு இருந்த மன நிலையில் வில்லியம்ஸின் அலைபேசி எண்ணைக் கூட வாங்கயிருக்கவில்லை. இருந்திருந்தால் அவரிடமாவது ஒரு வார்த்தை மார்க்கைப் பற்றி விசாரித்திருக்கலாம்.

எப்படி மனதை ஒதுக்கிவிட்டாலும் பூமராங் போல மார்க்கிடமே வந்து நின்றது. அன்றைய இரவு தூக்கமே இல்லை. மறு நாள் மதியம் கொஞ்ச நேரம் தூங்கி சரி செய்துகொண்டேன். தூக்கம் கலைந்து சோபாவில் அமர்ந்து இளையராஜாவை ஒலிக்க விட தேடிக்கொண்டிருந்தபோதுதான் அந்த 'க்ளிங்க் க்ளிங்க்' என்ற ஒலி கேட்டது. மடியிலிருந்த மடிக்கணினியை அப்படியே தரையில் கிடத்திவிட்டு பால்கனிக்கு ஓடினேன்.

அங்கு மார்க் எனக்கு முதுகு காட்டியவாறு அமர்ந்து தேநீரைக் கலக்கிக்கொண்டிருந்தார். அவர் இருக்கிறார் என்பதே எனக்கு அப்போதைக்குப் போதுமாய் இருந்தது. மெதுவாக உள்ளே செல்ல எத்தனித்த போதுதான் கவனித்தேன். அவருக்கு எதிர்ப் புறம் காலியான இருக்கைக்கு முன்பாக ஒரு கோப்பை நிறைய தேநீர் வைக்கப்பட்டிருந்தது. ⊙

முடிச்சுகள்

தாணிப்பாறையை நோக்கிப் பயணம். இங்கிருந்து ஸ்ரீவி. ஸ்ரீவியிலிருந்து கிருஷ்ணன் கோவில். அங்கிருந்து வத்திராயிருப்பு, அடுத்து தாணிப்பாறை. இப்படித்தான் இதற்குமுன்பு அங்கு போய் வந்திருந்தவர்கள் வழி கூறினார்கள். வழிதவறிப் போனாலும் பெரிய பாதகமில்லை. வண்டியை நிறுத்தி அருகில் இருக்கும் பெட்டிக்கடை ஒன்றில் வழி கேட்டால் சொல்லி விடுவார்கள்.

கடந்த ஒரு வாரத் தேடலுக்கு இன்றாவது விடை கிடைக்குமா என்றெனக்குத் தெரியவில்லை. எங்கோ ஆரம்பித்து இன்று சித்தர் ஒருவரைத் தேடிய பயணத்தில் வந்து நிற்பதைப் பார்க்க பிரமிப்பாக இருக்கிறது. தகவல் பகுப்பாய்வில் முனைவர் பட்டம் பெறும் முயற்சியின் முதல்படியாக சோழிச் சித்தரைத் தேடிப் பயணித்துக் கொண்டிருக்கிறேன் என்றால் நம்புவது சற்று கடினம்தான்.

“இன்றைய தேதியில் ஆராய்ச்சிப் படிப்புக்கு நீங்கள் தேர்ந்தெடுத்திருக்கும் தலைப்பு மிக முக்கியமானது. உலகமே தகவல்களை முன்வைத்துச் சுழன்று கொண்டிருக்கிறது. உலகில் இன்றைக்கு தங்கம், வெள்ளியைவிட மதிப்புமிக்கப் பொருளொன்று

உண்டென்றால் அது தகவல்தான். கொட்டிக் கிடக்கும் தகவல்களை முறைப்படுத்தி வியாபாரமாக்கும் வித்தையைக் கற்று வைத்திருப்பவர்கள் எல்லாம் இன்று பணம் தின்று கொழிக்கிறார்கள். 'ஆப்–டைனமிக்ஸ்'–னுடைய நிறுவனர் ஜோதி பன்சால் பற்றி கேள்விப்பட்டிருப்பீர்கள் தானே? உங்களின் ஆளுமைக் குறிப்பைப் பார்த்தேன். எனக்குப் பிடித்திருக்கிறது. நாம் முறையாகத் தொடங்கும் முன்னர் உங்களுக்கு சின்ன வேலை ஒன்று தருகிறேன். உங்கள் குடும்பத்தின் மூன்று தலை முறை பற்றிய தகவல்களைச் சேகரிக்க வேண்டும். அவற்றை முறைப்படுத்தி 'ப்ரசண்டேஷன்' ஒன்று தர வேண்டும். மற்றதைப் பிறகு பேசிக் கொள்ளலாம்."

பொறியியலில் தகவல் தொழிற்நுட்பப் பிரிவை எடுத்தும் மற்றவர்களைப் போல் அல்லாமல், கிடைத்த பன்னாட்டு நிறுவன வேலையை உதறிவிட்டு, அதிலேயே மேற்படிப்பு. அதோடு நிறுத்தியிருக்கலாம். 'தகவல் பகுப்பாய்வில்' ஆராய்ச்சிப் படிப்பைத் தொடர விரும்பிப் பேராசிரியர் ஜோஷியிடம் வந்து நின்றேன். எனக்கு வழிகாட்டியாக இருப்பதற்கு ஒப்புக் கொள்ளுமுன் அவர் கொடுத்த முன்வேலை இது.

ஆரம்பத்தில், மிகச் சுலபமான வேலை என்று தவறாக எடை போட்டுவிட்டேன். ஆனால் பேராசிரியர் ஜோஷி ஏன் இந்த வேலையைக் கொடுத்தார் என்பது இப்போதுதான் கொஞ்சம் கொஞ்சமாக விளங்குகிறது. இன்னும் இரண்டு வாரங்களே இருக்கின்றன. அதற்குள் கிடைத்தத் தகவல்களையெல்லாம் பட்டியலிட்டு தொகுத்து வேறு வழங்க வேண்டும். தகவல்களைச் சேகரிப்பதைவிட அவற்றின் நம்பகத்தன்மையை உறுதிப் படுத்தவே அதிகம் மெனக்கெட வேண்டியிருக்கிறது.

அப்பா வழித் தாத்தாவைப் பற்றிய தகவல் சேகரிப்பே ஆகப்பெருஞ் சவாலாய் இருக்கிறது. பெயர் நமச்சிவாயம். என் அப்பாவுக்குப் பத்து வயது நடக்கும் போதே வீட்டைவிட்டு விலகிப்போய்விட்டார். ஒருவேளைஇப்போதுஉயிரோடிருந்தால் அவருக்கு எழுபத்தைந்து வயது இருக்கக்கூடும். அவரின் நினைவாக அப்பத்தாவுடன் எடுத்த ஒரே ஒரு புகைப்படம் மட்டும் உண்டு. அதையும் கூட ராசியில்லாத புகைப்படம் என்று கூறி அப்பத்தா அவளுடைய ட்ரங்குப்பெட்டிக்குள் பொதித்து

வைத்திருக்கிறாள். ஒருமுறை அப்பாவின் 'பியூசி' சான்றிதழை நகலெடுக்கப் பெட்டியைப் பரணிலிருந்து இறக்கிய போதுதான் அப்புகைப்படத்தைப் பார்த்தேன். அதில் அவர் நாற்காலியில் தன் இடது காலின் மேல் வலது காலைப் போட்டு ராணுவ அணிவகுப்பில் நிற்பவன் போல் நாடியைச் சற்றுத் தூக்கி, முறைத்துப் பார்த்தபடி அமர்ந்திருப்பார். கறுப்பு நிறக் கோட்டும் வேட்டியும் அணிந்திருப்பார். பக்கத்தில், அப்பத்தா கொசுவம் வைத்துக் கட்டிய கண்டாங்கிச் சேலையை இழுத்துப் பிடித்தவாறு கூச்சத்துடன் நின்றுகொண்டிருப்பாள்.

சிறுவயதில் தாத்தாவைப்பற்றி அப்பத்தாவிடம் விசாரிக்கும் நேரங்களில் எல்லாம் பேச்சை மடைமாற்றி ஏதேனும் கதை சொல்ல ஆரம்பித்துவிடுவாள். அவள் சிருஷ்டிக்கும் உலகுக்குள் நுழைந்து வெளிவரும் போது பொல பொலவென்று விடிந்து போயிருக்கும்.

ஒரு நாள் அப்பா நல்ல மனநிலையில் இருக்கும் போது இதைப் பற்றிக் கேட்டிருக்கிறேன். அந்தக் காலத்தில் அவர் தொட்ட தொழிலெல்லாம் நட்டம். கடன் கழுத்தை நெரிக்க ஒரு நாள் வீட்டைவிட்டு வெளியேறிவிட்டார் என்பதாகக் கூறினார். நீங்கள் யாரும் தேடிப் போகவில்லையா என்று கேட்டதற்குப் 'போயிருக்கலாம்' என்பதாகவே பதிலிறுத்தார். பின்பு அப்பாதான் தலையெடுத்து, இருந்த கடன்களை அடைத்து, தன் இரண்டு தங்கைகளுக்கும் திருமணம் செய்து வைத்திருக்கிறார். இப்போது அப்பத்தாவையும் உடன் வைத்துப் பார்த்துக் கொள்கிறார். ஆனாலும், அது பற்றிய சலிப்போ வருத்தமோ, தன் அப்பாவின் மேல் கோபமோ அவர் கண்களில் ஒருபோதும் தென்பட்டதில்லை.

இப்படி அங்குமிங்கும் கிடைத்தத் தகவல்களைத் தவிர, பெரிதாகச் சொல்லிக் கொள்ளும்படி ஒன்றும் கிடைக்கவில்லை. ஆனால் ஏதோ ஒரு விசயம் என்னிடம் மறைக்கப்படுவதாக உள்ளுணர்வு மட்டும் உறுத்திக்கொண்டே இருந்தது. சின்ன அத்தை ஒருத்திதான் சிறுவயதிலிருந்தே என்னையும் சகமனிதனாகப் பாவித்து எதையும் மறைக்காமல் பேசுபவள். அவளின் சுபாவமே அப்படித்தான். வீட்டின் பல்வேறு நிகழ்வுகளின் காரண காரியங்களை அவள் மூலமாகவே அறிந்து

வைத்திருந்தேன். சேத்தூரில் கட்டிக் கொடுத்து இருக்கிறார்கள். துரதிர்ஷ்டவசமாகக் கடந்த சில வருடங்களாக இரு குடும்பங் களுக்கும் பேச்சு வார்த்தையில்லை. ஒரு கடாவெட்டின் போது, சீட்டு விளையாட்டில் அப்பாவுக்கும் சின்ன மாமாவுக்கும் வாக் குவாதம் முற்றிவிட்டது. அன்றிலிருந்து சின்ன அத்தை இந்தப் பக்கம் வருவதேயில்லை. நாங்களும் போவதில்லை.

சின்ன அத்தை வீட்டில் போய் நின்ற போது, அத்தை டி.வி. சீரியல் ஒன்றில் லயித்தவாறே இராட்டை சுற்றிக் கொண்டிருந்தாள். பார்த்து ஐந்தாறு வருடங்களாவது இருக்கக் கூடும். ஆனாலும் அடையாளம் கண்டு கொள்வதில் அவளுக்கு பெரிய சிரமமேதும் இருக்கவில்லை. ‘‘அடடே. வாங்க மரு மகனே.. இப்போத்தேன் இந்த அத்தக்காரிய கண்ணு தெரிஞ் சதாக்கும்‘‘ என்ற சின்ன குத்தலுடனே வரவேற்றாள். சடுதியில் இராட்டையை ஓரம் கட்டிவிட்டு, ப்ளாஸ்டிக் சேரில் படிந்திருந்த தூசை தன் முந்தானையால் துடைத்து, என்னை உட்காரச் செய்தாள்.

‘‘அத்தே.. நல்லா இருக்கியா. மாமா எல்லாஞ் சவுக்கியமா?’’

‘‘எங்களுக்கென்ன மருமகனே காளியாத்தா புண்ணியத்துல நல்லாருக்கோம். அண்ணன் எப்படியிருக்கு? அதிசியமா காத்து இந்தப் பக்கம் அடிச்சுருக்கு. என்ன ஏதும் கல்யாண சேதியா?’’

‘‘அய்யயே அப்படியெல்லாம் இல்ல அத்தே. சும்மா இந்தப் பக்கமா ஒரு சோலியிருந்துச்சு. அப்படியே உன்னையும் பாத்துட் டுப் போலாம்ன்னு வந்தேன்’’

‘‘கல்யாணக்களைதான் வந்துடுச்சே எம் மருமகனுக்கு. எனக்கு ஒரு பொம்பளப் பிள்ள இருந்தா ஒத்தவரியிலே கட்டிக்கிறீயா இல்லியானுட்டு உங்க வீட்டு வாசல்ல வந்து நின்னுருப்பேன். வாச்சது இரண்டும் ஆணாப் போச்சு. ஊர் மேஞ்சுட்டுத் திரியுதுக. அய்யோ.. செத்த இரு கலரு ஏதாச்சும் வாங்கியாறேன்.’’

‘‘அதெல்லாம் ஒண்ணும் வேணாம்மத்தே. கொஞ்சம் கருப் பட்டிக் காபி மட்டும் போட்டுத் தாறீயா?’’

வெந்நீரில் தட்டிப் போடப்பட்டிருந்த கருப்பட்டி, பாகு பதத்துக்கு வருவதற்கும் நான் அடுப்படிக்குள் நுழைவதற்கும் சரியாக இருந்தது. அத்தையின் ஒழுங்கு அடுப்படியின்

ஒவ்வொரு அங்குலத்திலும் பிரதிபலித்தது. அங்கிருந்த சுவரில் தலை படாமல் சாய்ந்துகொண்டே, "யத்தே.. உங்க அப்பாரு எதுக்கு வீட்டைவிட்டு ஓடிப் போனாரு?" என்றேன்.

கண்களைச் சுருக்கி ஓரக் கண்ணால் என்னைப் பார்த்தவளின் அந்தப் பார்வையில் ஓராயிரம் கேள்விகள் இருந்தன. ஆனாலும் அவள் சொன்னாள் "என்ன திடீர்ன்னு தாத்தன் மேல பாசம் பொங்குது. உண்மையச் சொல்லணும்னா அவர் மொகம் கூட எனக்கு நெனவுல இல்லலே. அவர் எங்கள விட்டுட்டுப் போகும் போது எனக்கு நாலு வயசு. உங்க பெரியத்தைக்கு ஆறு வயசு. அவரு பண்ணாத தொழிலே இல்லயாம்டா. கொஞ்ச நாள் காபிக் கடை வச்சுருக்காரு. அப்புறம் பழ வியாபாரம். கொஞ்ச நாள் அரிசிக் கடை. இப்படி ஏகப்பட்ட தொழிலு. கொஞ்ச நாள் சாராயம் கூட வித்தாருன்னு சொல்லுவாக. எல்லாம் அவரு நேரம். எதுவும் சரியா வரல. அதோட அவருக்கு தீராத காசம் இருந்துச்சு போல. எப்பவும் இருமிக்கிட்டே இருப்பாராம். எங்க பிள்ளைகட்குத் தொத்திக்குமோன்னு வீட்டை விட்டுப் போயிட்டாராம். இதெல்லாம் எங்க மாமியாக்காரியோட அக்கா ஒருத்திச் சொன்னா. இதுல எம்பூட்டு நெசமோ தெரியாது. எங்களுக்கு எங்கண்ணன் தாம்லே அப்பா. அப்புறம் ஏன் இம்பூட்டு வீம்புன்னு கேக்குறியா? அது அப்படித்தான். அந்தக் கணக்கெல்லாம் உங்களுக்குச் சொன்னாலும் புரியாது."– இதைச் சொல்லிவிட்டுக் கண்களை இடுக்கிச் சிரித்ததால் அந்தக் கண்ணீர் வந்திருக்கும் என்றுதான் நானும் நம்ப விரும்பினேன்.

விடைபெற்றுக் கிளம்பும் போது அத்தை சொன்னாள் "ஏய் மருமகனே.. அடுத்த தடவயாவது அத்தையைப் பாக்கமட்டும் இந்தப் பக்கம் வந்துட்டுப் போங்க"

"ஒழுங்காப் பிடிச்சு ஒண்ணுக்குப் போகத் தெரியாத காலத்துல இருந்தே நானும் உங்க தாத்தனும் ஸ்நேகிதம். ஊர்ல ஆயிரம் சொல்லுவாய்ங்க. அதெல்லாம் உண்மையில்ல. அவனுக்கு வியா பாரம் சரிப்படல. மனசு மொத்தம் கருணைய வச்சுட்டு ஒருத்தன் நறுவிசா வியாபாரம் பண்ணி ஜெயிச்சுட முடியும்முன்னு நினைக் கிறயா? ஆளுக்கு ஏத்தமாதிரி பேச்ச மாத்தணும். விறைப்பா இல்லாம வளையணும். வேண்டப்பட்டா குனியணும். அத துக்குன்னு ஒரு நேக்குப் போக்கு இருக்கு. இதெல்லாம்

அவனுக்குச் சுட்டுப் போட்டாலும் வராது தெரியுதா? தனக்கு வரவேண்டிய காசை திரும்பக் கேக்கவே கூச்சப்பட்டுக் கொளஞ் சவன் அவன். தலையில தட்டி நாந்தான் வாங்கிக் கொடுத்தேன். இந்தக் காலத்தில நல்லவனா இருந்தாப் பத்தாது நாசூக்கா இருந்தாத்தான் பிழைக்க முடியும்.. சரிதான!''

இதைச் சொல்லிக் கொண்டிருக்கும் போதே, அப்பழுக்கேறி யிருந்த வேட்டியில் சுருட்டி வைத்திருந்த ஈரப்புகையிலையைக் கிள்ளி எடுத்து வாயில் ஒரு பக்கமாய் ஒதுக்கிக்கொண்டார் அருணாச்சலம் பாட்டையா. மெதுவாகச் சாறை விழுங்கிவிட்டுத் தொடர்ந்தார். இப்போது முன்பை விட அவர் குரல் தாழ்ந்திருந்தது. கண்களால் ஒருமுறை சுற்றி நோட்டம் விட்டுக்கொண்டார். ''யாருக்கும் தெரியாத.. ஏன் உங்க அப்பத்தாவுக்குக் கூட தெரியாத ரகஸ்யம் ஒண்ணு சொல்றேன் கேட்டுக்க. காரியாபட்டியில உங்க தாத்தனுக்கு ஸ்நேகிதி ஒருத்தி இருக்கா. ஆமா.. ரகசிய ஸ்நேகிதிதேன். பேச்சி அவ பேரு. அவளப் போயிப் பார்த்த–யினா மேற்கொண்டு ஏதும் விபரம் கிடைக்கலாம்''

மொத்தமாக மூன்றே தெருக்கள் மட்டும் கொண்ட காரியா பட்டியில் பேச்சியம்மாள் பாட்டியைத் தேடிக் கண்டுபிடிப்பதில் அத்தனை சிரமம் ஒன்றும் இருக்க வில்லை. நமச்சிவாயம் தாத்தாவின் பெயரன் என்று அறிமுகப்படுத்திக் கொண்டதும் வாஞ்சையாக கன்னத்தைத் தழுவி முத்தமிட்டாள். அப்பாவையும் அத்தைகளையும் பற்றி விசாரித்தாள். அவர்களுக்கு இவளைத் தெரியாதிருக்கலாம். ஆனால், அவர்களைப் பற்றி அனைத்தையும் பேச்சிப்பாட்டி தெரிந்து வைத்திருந்தாள். கிளம்பும்போது உப் பிட்டு அவித்த நிலக்கடலையும் பனங்கிழங்குக் கட்டொன் றும் கொடுத்தனுப்பினாள்.

''வியாபாரம் நொடிச்சுப் போனதுல ஆளு கொஞ்சம் தொவண் டுதேந் போயிட்டார். பிள்ளையள எப்படியாவது கரையேத்துணு மேங்கற கவலை அவர கரையான் மாதிரி கொஞ்சம் கொஞ்சமா அரிச்சுத் தின்ன ஆரம்பிச்சது. அப்போவெல்லாம் திடீர்னு எங்காவது இரண்டு மூணு நா ஆளே காணாமப் போயிடுவார். கேட்டா இந்தக் கோவிலுக்குப் போனேன், அந்த சாமியாரப் பார்த்தேன்னு சொல்லுவார். அதுக்கு மேல அவர என்ன கேட்க! கொஞ்சம் கொஞ்சமா அவரு என்னவிட்டு விலகிப்

போறார்ன்னு மட்டும் புரிஞ்சுட்டு. அப்போவெல்லாம் அடிக்கடி சதுரேரி மலைக்குப் போயிட்டு வந்தார். அங்க இருக்குற சோழிச் சித்தர்தான் தன்னோட குருன்னு சொல்லிட்டு இருப்பார். ஒவ் வொரு மாசமும் அமாவசை பௌர்ணமிக்கு அவரோட சேர்ந்து சதுரேரி மலையில காளிப் பூசைக்குப் போயிடுவார். இதோ இங்கதேன் கயத்துக் கட்டில்ல படுத்துக்கிட்டு இருந்தார். ஏ பேச்சி.. வெக்கையா இருக்கு, தாளல. நந்தவனத்துப் பக்கம் போயிட்டுத் தலைக்கு நாலு சொம்பு தண்ணி விட்டுட்டு வர் றேன்னு கிளம்புனவர். அதுதான் அவர நான் கடைசியா பாத்தது."

தாணிப்பாறையை அடையும் போது மணி ஐந்தைத் தொட்டி ருந்தது. சமீபத்திய மழையால் தாணிப்பாறையை நிறைத்து ஆறு ஓடிக்கொண்டிருந்தது. குரங்குகளின் சலசலப்பில் மரங்கள் எழுப்பிய சத்தம் காடெங்கும் எதிரொலித்தது. பௌர்ணமி என்பதால் மக்கள் போக்குவரத்து கொஞ்சமிருந்தது. ஆனால், எல்லாம் மலை இறங்கும் கூட்டம். மாலை ஆறு மணிக்கு மேல் பொதுவாக யாரும் மலையேறுவதில்லை. கொஞ்ச நேரம் அங்கிருந்த பாறை ஒன்றில் அமர்ந்து ஆற்றின் குளிர்ந்த நீருக்குக் காலைக் கொடுத்து அமர்ந்திருந்தேன்.

அங்கிருந்தவர்களிடம் வழி கேட்டு ஏற ஆரம்பிக்கும் போது மெதுவாக இருட்டத் தொடங்கியிருந்தது. எனக்குக் காடும் மலையும் அத்தனை பரிச்சயமில்லை. ஆனாலும் ஏதோ குருட் டுத் தைரியத்தில் ஏறத் தொடங்கியிருந்தேன். ஒருவழியாக முழு வதும் இருள் கவியும் முன் காளி பீடத்தை வந்தடைந்தேன். கரடி துரத்தித் தப்பி வந்தவர்கள் கதை வேறு நினைவுக்கு வந்து போனது. இருள் சூழச் சூழ சிறிய இலையசைப்பு கூட அதீத பயத்தைத் தருவதாய் இருந்தது.

அவர் வருவதற்கான சாத்தியம் பற்றிய நிகழ்தகவு குறித் தெல்லாம் கவலைப்படாமல், சோழிச்சித்தருக்காகக் காத்திருந் தேன். நேரம் ஆக ஆக பயம் பனி போல மூடத் தொடங்கியது. இலைகளின் இடுக்கின் வழி வந்து விழுந்த நிலவொளியில் பட்டு அங்கிருந்த காளியின் சிலை இன்னும் அச்சமூட்டுவதாகத் தோன்றியது. பூச்சிகளின் இரைச்சலால் காடு நிறைந்திருந்தது. அதோடு, தூரத்தில் ஓடும் ஆற்றின் சலசலப்பும் சேர்ந்து அவ்வி டத்தின் அமானுஷ்யத் தன்மையைக் கூட்டிக் காட்டியது.

எவ்வளவு நேரம் அந்தப் பனியிலும் பயத்திலும் கழிந்தது என்று தெரியவில்லை. திடீரென சுற்றியிருந்த புதர்ச்செடிகள் அசையும் ஓசை கேட்டது. கரடி பற்றிய பயத்தில் அந்தக் குளிரிலும் எனக்கு உள்ளங்கைகள் வியர்த்துவிடத் தொடங்கி-யிருந்தன. நீண்ட தாடியும் காவி வேட்டியுமணிந்த அந்த உருவம் வெளிப்பட்ட போது என் இதயத்தின் ஓசை காதுகளை எட்டியது.

பீடத்துக்குக் கீழ் ஒரு கல்லில் அமர்ந்திருந்த என்னை ஒரு பார்வை பார்த்துவிட்டு, காளி சிலையைத்தான் கொண்டு வந்த எண்ணெய்யால் துடைத்தார். அங்கிருந்த விளக்கை ஏற்றினார். பின்னர் கமண்டலம் போலிருந்த ஒன்றிலிருந்து நீரை ஊற்றிக் கழுவினார். மடியில் கட்டியிருந்த குங்குமத்தைப் பெருவிரலில் எடுத்து சிலையின் நெற்றியில் அப்பினார். மிச்சமிருந்ததை நாமம் போல் தனக்கும் இட்டுக்கொண்டார். கையோடு கொண்டு வந்திருந்த காட்டுப்பூக்களைச் சிலையின் காலருகே படைத்தார். அப்படியே அங்கே முதுகை நிமிர்த்திக் கண்களை மூடி அமர்ந்தார். ஒரு நிமிடம் காளி நிஜமாகவும் எதிரே அமர்ந்திருந்த அவர் சிலையாகவும் மாறிவிட்டது போல் தோன்றியது. காளி சிலையின் முன் எரிந்து கொண்டிருந்த தீபம் காற்றுக்கு அசைவது அவ்விடமே அதோடு சேர்ந்து அசைவதைப் போன்று இருந்தது. அவரின் இடது புருவத்திலிருந்து நெற்றிக்குக் குறுக்காக வெட்டுக் காயமொன்று இருந்தது.

கண்களைத் திறந்தவர் என்ன வேண்டும் என்பதைப் போல என்னைப் பார்த்தார். விசயத்தைக் கூறினேன். அவரிடமிருந்து பதிலேதுமில்லை. மீண்டும் கண்களை மூடி மௌனமானார்.

‘‘சாமி.. எங்க தாத்தாவப் பத்தி ஏதும்..’’ என்று நான் பேசி முடிக்கும் முன்னரே என்னைப் பார்த்து ‘‘முதல்ல போடா இங்கேயிருந்து’’ என்று உக்கிரம் கொண்டு முழங்கினார். அப்போதுதான் எரியும் ஜோதி பிரதிபலித்த அந்தக் கண்களைப் பார்த்தேன். அவை, எனக்கு நன்கு பரிச்சயமான கண்களைப் போல் இருந்தன. ⦿

(அடவி, 2017)

பார்வை

மதிய வெயிலின் வெம்மை நாளுக்கு நாள் அதிகமாகிக்கொண்டிருந்தது. மார்ச் முடிந்து ஏப்ரல் தொடங்கிவிட்டால் அக்னி நட்சத்திரம் வேறுபடுத்தி யெடுத்துவிடும். வண்டியிலிருந்து இறக்கிவிடப் படும் இடத்துக்கும் சுஜாதாவின் அலுவலகமி ருக்கும் கட்டடத்துக்கும் இடையேயுள்ள தூரம் மட்டுமே கிட்டத்தட்ட அரை கிலோ மீட்டர் இருக்கும். இந்த வெயிலில் அவ்வளவு தூரம் நடப் பதற்குள் அவளுக்கு முதுகு முழுவதும் வியர்த்து ஆடைகள் முதுகோடு ஒட்டிக்கொள்ளும். அத்தனை தூரம் நடந்து, மனித வரவுகளைக் கிரகித்துத் திறந்து மூடும் தானியங்கிக் கதவின் வழியே அவள் தன் அலுவலகத்தினுள் நுழைந்தாள். ஏ.சி–யின் குளிரும் அவளுக்குப் பிடித்த ஸ்ட்ராபெர்ரி நறுமணமூட்டித் தெளிப்பும் அதுவரையிலான வெம்மைக்கு இதமாக இருந்தது.

சாவி கொடுக்கப்பட்ட ஒரு பொம்மைக்கு உண்டான லாவகத்துடன் அன்னிச்சையாகச் சென்று தனது தளத்தில் வைக்கப்பட்டிருந்த சுத்திகரிப்பா னிலிருந்து குளிர்ந்த நீரை எடுத்துப் பருகினாள். தன் இருக்கை அமைந்திருக்கும் இரண்டாவது தளத்திற்கு

லிப்டைத் தவிர்த்துப் படிகளில் ஏறிவந்து மூச்சொரிந்தாள். சுஜாதாவின் மனது முழுவதும் அம்முவே நிலைத்திருந்தாள்.

ஃபோனை எடுத்து அம்மாவுக்கு அழைத்தாள். மனதுக்குப் பிடித்த பாடலைக் கேட்பதற்கும் சரியான மனநிலை வேண்டும் தான். அன்று, அவளுக்கு அது வாய்க்கவில்லை. முழு ரிங்கும் அடித்து முடியும் தருவாயில்தான் அம்மா போனை எடுத்தாள்.

“சொல்லுமா.. ஆபிஸ் வந்துட்டியா? மதியம் சாப்பாடு கட்டிக் கிட்டயா?”

“ஆமாம்மா.. ஆபிஸ்ல இருந்துதான் பேசுறேன். எல்லாம் எடுத்தாச்சு. குழந்தை இப்போ எப்படி இருக்கா? காய்ச்சல் குறைஞ்சுடுச்சா?”

“சுஜிமா.. இதோட காலையில இருந்து பத்துவாட்டிக்கு மேலக் கேட்டாச்சு. முந்திக்கு இப்போ ரொம்பவே பரவா யில்லை. நீ போட்டு அலட்டிக்காம இரு. நான் கூடவேதான இருக்கேன். உன்னையும் சேர்த்து மூணு பிள்ளைகளைப் பெத்து வளத்தவடி நான். முடிஞ்சமட்டும் ஒரு நாள் லீவு போட்டு வரப் பாரு”

அம்மாவைவிட அத்தனை கவனமாக அம்முவை வேறு யாரால் பார்த்துக்கொள்ள முடியும். இருந்தாலும் பெத்த மனது அடித்துக்கொள்கிறது என்ன செய்ய? அதுவும் குழந்தைக்கும் தனக்குமான இடைவெளி நானூறு கி.மீ. என்பதால் இன்னும் கொஞ்சம் அதிகமாக அடித்துக்கொள்கிறது.

‘ஓ–டி–சி’க்குள் நுழைந்து தனது கணிப்பொறியை ஆன் செய்தாள். அது தன்னை உயிர்ப்பிக்க எடுத்துக்கொள்ளும் அந்த ஒரு நிமிடத்தில் அன்றைக்குச் செய்ய வேண்டிய, நேற்றைக்குச் செய்யாமல் விட்ட அத்தனை காரியங்களையும் மனதுக்குள் ஓடவிட்டாள். மலைப்பாக இருந்தது. இரண்டு நாட்களாக நல்ல தூக்கம் இல்லை. கண்கள் எரிந்தன. உடலில் சோர்வு அழுத்தியது.

அவளது க்யூபிக்கிளில் யாரும் வந்திருக்கவில்லை. அம்மா விடம் சொன்னது போல மதியத்திற்கு எதையும் கட்டிக்கொண்டு வரவில்லை. காலையில் அருண் சுட்டு வைத்துப் போயிருந்த நான்கு தோசைகளில் இரண்டைக் கடமைக்கு உண்டு விட்டு

வந்திருந்தாள். மனது 'உம்' சொல்லாமல் வயிறு மட்டும் கேட்குமா என்ன?

அமிழ்தினி என்னும் அம்முவுக்கு வயது பதினோரு மாதங்கள். அருணுக்கும் சுஜாதாவுக்கும் திருமணமாகி ஒன்றரை வருடங்கள் ஆகிறன. அருண் ஒரு திரைப்பட இயக்குனராகும் கனவில் பெரிய இயக்குனர் ஒருவரிடம் உதவி இயக்குனராக இருக்கிறான். சுஜாதா இந்தியாவின் முதன்மை ஐ.டி. நிறுவனம் ஒன்றில் சீனியர் சாஃப்ட்வேர் இன்ஜினியராக இருக்கிறாள்.

கிராஃபிக்ஸ் டிசைனராகப் பணியாற்றி வந்த அருணை, அதை உதறிவிட்டு அவனது கனவைத் தொடரச் செய்தவளே சுஜாதாதான். அவனது கனவும், உழைப்பும், அதிர்ஷ்டமும் சங்கமிக்கும் ஒரு நாளில் அவன் நாடேத் திரும்பிப் பார்க்க வைக்கும் ஒரு திரைப்படத்தை இயக்கியிருப்பான் என்பது அவளது நம்பிக்கை.

அவர்களது வீட்டில் சுஜாதாவின் சம்பளமே பிரதானம். அருணின் சம்பளம் மிகவும் சொற்பமே. அதுவும் நிலையானது கிடையாது. அடுத்த இரண்டு வருடங்களில் எப்படியும் ஒரு படத்தை இயக்கிவிடும் நம்பிக்கையில் இருக்கிறான்.

வரும் சம்பளத்தில் கொஞ்சம் அவளது அம்மாவிற்கும் சில நேரங்களில் கொஞ்சம் அருணின் தம்பிக்கும் அனுப்ப வேண்டியிருக்கும். எனவேதான் குழந்தையின் பொருட்டு கூட இந்த பகல்-இரவு வேலையைப் போனால் போகிறதென்று உதறிவிட்டு வெளியேறி விடமுடியவில்லை. அருண் ஒரு நல்ல நிலைக்கு வரும்வரை மட்டுமே சுஜாதா வேலைக்குச் செல்ல வேண்டும் என்பது இருவருக்கிடையேயான புரிந்துணர்வு ஒப்பந்தம்.

திருமணமாகி இரண்டு ஆண்டுகளுக்குக் குழந்தை வேண்டாம் என்று உறுதி எடுத்திருந்தார்கள். உறுதி மட்டும்தான் எடுத்திருந்தார்கள். அவளது அலுவலகத்தில் குழந்தைப்பேறுக்கு மூன்றுமாதங்கள்மட்டுமேவிடுப்புடன்கூடியசம்பளம். கூடுதலாக ஒரு மாதம் சம்பளமற்ற விடுமுறை எடுத்தபோதே அருணும் சுஜாதாவும் திணறிப் போய்விட்டார்கள். சுஜாதாவின் அம்மா குழந்தையைப் பார்த்துக்கொள்வதற்காகக் கூடவே வந்து தங்கி யிருந்தாள். ஆனால், சுஜாதாவின் தம்பிக்குப் பன்னிரெண்டாம்

வகுப்புப் பொதுத் தேர்வு நெருங்கிக்கொண்டிருந்ததால் தன்னால் சென்னையில் இருக்க இயலாது எனவும், வேண்டுமானால் குழந்தையைத் தன்னுடன் தஞ்சாவூருக்கு கொண்டுசென்று அங்கு வைத்துப் பார்த்துக் கொள்வதாகவும் கூறினாள். சுஜாதாவுக்கும் அருணுக்கும் வேறு வழியில்லை. அதற்கு சம்மதித்திருந்தார்கள். தாயில்லாத அருணையும் தன் சொந்தப் பிள்ளை போன்றே கவனித்துக்கொண்டவள் சுஜாதாவின் அம்மா. அதனால் குழந்தையைப் பிரிந்திருக்க வேண்டும் என்பதைத் தவிர அவர்களுக்கு மற்ற கவலைகள் ஏதுமில்லை.

குழந்தையைத் தஞ்சாவூரில் விட்டுவிட்டு வந்த பிறகு வாரம் ஒருமுறை போய்ப் பார்த்துக் கொண்டிருந்தார்கள். சில நேரங்களில் அவுட்டோர் சூட்டிங் காரணமாக அருணால் வரவியலாத போதும் கூட சுஜாதா தனியாகவாவது போய்ப் பார்த்து சனி, ஞாயிறு இரண்டு நாட்கள் இருந்துவிட்டுத்தான் வருவாள். அந்த நாட்களிலும் தன் குழந்தையைவிட லேப்டாப்பைத்தான் அதிக நேரம் மடியில் கிடத்தியிருப்பாள்.

முந்தின நாள் சுஜாதா போன் செய்திருந்த போதுதான் அம்மா, குழந்தைக்குத் தடுப்பூசி போட்டுவிட்டு வந்திருப்பதாகவும், அதனால் லேசாகக் காய்ச்சல் அடிப்பதாகவும் சொன்னாள். அம்மா அதை போனில் சொல்லிக்கொண்டிருக்கும் போதே சுஜாதாவிற்குக் கண்ணீர் கழுத்துக்கு வந்துவிட்டது. பொதுவாக சுஜாதாவுக்கு மற்றவர்கள் முன் கண்ணீர் சிந்துவது அறவே பிடிக்காது. அதுவே பெண்களின் மிகப்பெரும் பலவீனம் என்று நினைப்பவள். அவள் அழுது பார்த்தவர்கள் அரிது.

அப்போதிலிருந்து சுஜாதாவுக்கு எந்த வேலையுமே ஓட வில்லை. நான்கு மணி நேரத்தில் தீர்த்து முடித்திருக்க வேண்டிய ஒரு இஷ்யூவை இரண்டு நாட்களாக முடிக்காமல் வைத்திருந்தாள். நேற்று கிளம்பும்போதே அவளுடைய மேனஜர் ஸ்டேடஸ் கேட்டிருந்தார். இன்றைக்கு நேராக ஸீட்டுக்கே வந்துவிடுவார். மேலும் அவரின் பார்வை முழுவதும் சுஜாதாவின் முதுகில்தான் ஊர்ந்துகொண்டிருக்கும். இன்றைக்கும் முடிக்காமல் போனால், இல்லையில்லை முடிக்காவிட்டால் இன்று வீட்டிற்குப் போகவே முடியாது.

அதைவிடக் கொடுமை இன்றைக்கு இதை முடித்து, மேலும் ஒரு இஷ்யூவை நிவர்த்தி செய்தால் மட்டுமே மறுநாளைக்கு விடுமுறை கேட்பதைப் பற்றி அவள் யோசிக்கவே முடியும். மறுநாளைக்குத் தேவையாயிருந்த விடுமுறைதான் அவளுக்கு அப்போது அசுர பலத்தை அளித்தது.

செய்தாக வேண்டிய வேலையை எந்திர வேகத்தில் செய்து முடித்தாள். முடித்த கையோடு மேனேஜருக்கு மெயிலை அனுப்பிவிட்டு தேநீருக்குச் சென்றாள். பசி வயிறைப் பிசைய ஆரம்பித்திருந்தது. ஒரு பிஸ்கட் பாக்கெட்டை வாங்கிப் பிரித்தாள். அருண் சாப்பிட்டுவிட்டானா என்று அவனுக்கு ஒரு குறுஞ்செய்தியைத் தட்டிவிட்டாள். பாவம் அவனுக்கு வாய்க்கு ருசியாகச் சமைத்துப்போட்டே நீண்ட நாட்களாகிவிட்டன. குழந்தைக்கு முன்பு, வார இறுதிகளிலாவது அதற்கு நேரம் வாய்த்தது. இப்போது அதுவுமில்லை. அவனுக்காகக் கடவுளிடம் இறைஞ்சினாள். சூடான தேநீர் அந்த நேரத்திற்கு அவளுக்கு வேண்டியதாக இருந்தது.

மேனேஜரிடம் சென்று மறுநாளைக்கு விடுமுறை கேட்க வேண்டும். திட்டமிடப்படாத விடுமுறை. கிடைப்பது கடினம். ஆனால் வேறு வழியில்லை.

தேநீரை முடித்துவிட்டு, ஸீட்டிற்கு வந்தவுடன் மேனேஜருக்குப் ‘பிங்’ செய்து கேட்டாள். நேரில் வரச் சொன்னார். சிஸ்டத்தை அணைத்துவிட்டு அவரின் கேபினுக்குள் நுழைந்தாள்.

‘‘வாங்க சுஜாதா.. ஒரு வழியாக ரிசால்வ் பண்ணி அனுப்பிட்டீங்க போல’’

அவரின் பேச்சில் இருந்த எள்ளல் சுஜாதாவிற்குத் தெரியாமல் இல்லை. ஆனாலும் காட்டிக் கொள்ளவில்லை. முடியவும் முடியாது. ‘‘ஆமா திவாகர்’’

‘‘சொல்லுங்க சுஜாதா.. பிங்ல ஏதோ பேசணும் சொன்னீங்கள. ஏதாவது ப்ராப்ளமா?’’

‘‘இல்ல திவாகர்.. நாளைக்கு எனக்கு ஆஃப் வேணும்.’’

‘‘என்ன சுஜாதா.. ஜோக் பண்றீங்களா?’’

சுஜாதா இந்த முறை சற்று எரிச்சலாகி விட்டாள். ''இருக்குற வேலையை விட்டுட்டு உங்க கேபினுக்கு வந்து ஜோக் பண்ற நிலைமையில நான் இல்லை திவாகர். ஐ யம் ப்ரெட்டி சீரியஸ்.''

''நானும் சீரியசாத்தான் கேக்குறேன். அரை நாள்ல முடிக்க வேண்டிய வேலைய இரண்டு நாள் எடுத்து முடிச்சீங்க. இன்னைக்கு முடிக்க வேண்டிய வேலை இதுவரைக்கும் பெண் டிங்லதான் இருக்கு. இதப்பத்தி இதுவரைக்கும் நான் ஏதும் சொன்னேனாங்க? ஏற்கனவே ஒருத்தர் கல்யாணம்ன்னு லீவ்ல போயிருக்கார். அவருக்குப் பதிலா நான், அவர் வேலையைப் பாத்துக்கிட்டிருக்கேன். நீங்க நாளைக்கு லீவு சொல்றீங்க. என் பொஸிசன்ல இருந்து நீங்க கொஞ்சம் யோசிங்க மேடம்''.

கடைசியாக மேடம் என்ற வார்த்தையில் கொடுக்கப்பட்ட அழுத்தம் சுஜாதாவை உறுத்தியது.

குழந்தை, காய்ச்சல் என்று பச்சோபதாபம் ஏற்படுத்தி விடுப்புக் கோருவதில் அவளுக்கு விருப்பமில்லை. ஆனால் எப்படியாவது காரியம் நடந்தாக வேண்டும். எனவே, அவளே கொஞ்சம் தணிந்து பேசினாள். ''புரியுது திவாகர். ஊருக்குப் போயாகணும். அதனால வேறு வழியில்லாமத்தான் நானும் உங்க முன்னாடி வந்து நிக்கிறேன். நான் வேணும்னா லேப்டாப் எடுத்துட்டுப் போறேன். வொர்க் ஃப்ரம் ஹோம் பண்றேன்.''

''அது எப்படிங்க.. போன தடவை நீங்க ஊருக்குப் போயிருந் தப்போ ஏன் அந்த கிளையண்ட் மெயிலுக்கு ரிப்பிளை பண்லன்னு கேட்டப்போ ஊர்ல கனக்ட்டிவிட்டி பிரச்சனை அது இதுன்னு சொன்னீங்க. நாளைக்கு மட்டும் எப்படி வொர்க் ஆகும்? அப்போ பொய் சொன்னீங்களா.. இல்ல வேலை பார்ப்பேன்னு இப்போ பொய் சொல்றீங்களா?''

இதுபோன்ற கேள்விகள் திவாகரிடமிருந்து எதிர்பார்த்ததுதான் என்ற போதும் அத்தனைக்கும் பதில் சொல்லும் மனநிலையில் அன்று அவள் இல்லை. வேறு ஏதாவதாக இருந்தால் இப்படி யெல்லாம் நின்றுகொண்டிருக்க மாட்டாள். ஆனால், குழந்தை என்று வரும் போது கௌரவம் பார்த்துக்கொண்டிருக்க முடியா தல்லவா.

“திவாகர், யாருக்காகவும் எதுக்காகவும் பொய் சொல்ல வேண்டிய அவசியம் எனக்கில்லை. லீவ் கூட வேண்டாம். வொர்க் ஃப்ரம் ஹோம் தான் கேக்குறேன்”

“சாரி சுஜாதா. நேத்திக்கு செந்தில் வந்து வொர்க் ஃப்ரம் ஹோம் கேட்டப்போ தராம உங்களுக்கு மட்டும் கொடுத்தா அது அவ்ளோ நல்லா இருக்காது. நீங்க புரிஞ்சுப்பீங்க. நாளைக்கு வேலைய முடிச்சுட்டீங்கன்னா சீக்கிரம் வேணும்னா கிளம்பிக்கோங்க.”

“ம்..”

“வேறு ஏதாவது சொல்லணுமா?”

“இல்ல தாங்க்ஸ்” என்று சொல்லிவிட்டு சீட்டில் வந்து அமர்ந்தாள். தூங்காமல் வேலை பார்த்த இரவுகள் ஒவ்வொன்றாய் அவள் நினைவில் வந்து போயின. குழந்தையைத் தனியாக விட்டுவிட்டு இப்படி வேலைக்கு வருவதில் அவளுக்குத் துளியும் விருப்பம் இல்லை. என்றாலும், கொடுத்த வேலையை கர்ம சிரத்தையுடன்தான் இதுவரை செய்து வந்திருக்கிறாள். அப்படிச் செய்து மட்டும் என்ன பயன்? மாதம் இறுதியில் ஆயிரம் ஆயிரமாய்க் கொட்டிக் கொடுத்துதான் என்ன பயன்? நில் என்றால் நிற்க வேண்டும். ஓடு என்றால் ஓட வேண்டும்.

அவளுக்குத் தன் மீதே பரிதாபம் தோன்றியது. தன்னுடைய இந்த நிலைக்கு யார் மீதாவது குற்றம் செலுத்திவிட்டுச் சற்று ஆசுவாசப்படக் கூட முடியவில்லை. அப்போதைக்கு அவளுக்கு அம்முவின் பிஞ்சு உடம்பின் பரிசம் மட்டுமே தேவைப்பட்டது. அதற்கு மேலும் இரண்டு நாட்கள் காத்திருக்க வேண்டும் என்ற போதே மனது கனத்துப் போனது. என்னவானாலும் பரவா யில்லை. இப்போதே இந்த வேலையைத் தூக்கி எரிந்துவிட்டு போய்விடலாம் என்று மனது சொன்னாலும் அதற்குப்பின்னால் சந்திக்க வேண்டியிருக்கும் பிரச்சனைகளை எண்ணி அறிவு தடுத்தது.

பசியிலும் அழுத்தத்திலும் அவளுக்கு தலை வலித்தது. அன்றைக்கு வேலையை முடிக்கும் பொழுது மணி இரவு 8.30 ஆகியிருந்தது. இரவு சாப்பாடுக்குப் போய் வந்து மேலும் ஒரு மணி நேரம் வேலை பார்க்க வேண்டும். எப்படியானாலும்

இரவு 10:30க்குத்தான் 'கேப்' வரும். அன்று அவளுக்கு அதுவரை காத்திருக்கப் பிடிக்கவில்லை. அருண் போன் செய்து, அரைமணி நேரத்தில் தான் வீட்டிற்கு வந்துவிடுவதாய்க் கூறியிருந்தான்.

தலைவலியின் காரணமாக அன்று சற்று சீக்கிரம் வீட்டுக்குச் செல்வதாகவும் அன்றைக்குச் செய்ய வேண்டிய வேலையை முடித்துவிட்டதாகவும் நாளைக்கு அலுவலகத்துக்குக் கண்டிப்பாக வந்துவிடுவதாகவும் ஒரு மெயிலை திவாகருக்கு அனுப்பி விட்டு பேக்கை எடுத்துக்கொண்டு கிளம்பினாள்.

ஷிப்ட் முடியும் நேரம் கிளம்பினால் மட்டுமே 'கேப்' கிடைக்கும். இடையில் கிளம்பினால் பஸ்ஸில்தான் போக வேண்டும். அதை நினைத்தால்தான் சுஜாதாவிற்குக் குமட்டிக் கொண்டு வந்தது. சென்ற மாதம் இப்படித்தான் பக்கத்தில் வசிக்கும் தோழியின் திருமண வரவேற்புக்குச் செல்லும் பொருட்டுச் சற்று முன்னதாகக் கிளம்பினாள். அங்கே பேருந்து நிறுத்தத்தில் வந்து நின்ற பேருந்துகள் அனைத்தும் கூட்டம் நிரம்பி வழிந்தன. கூட்டத்தின் காரணமாக இரண்டு பேருந்துகளை விட்டுவிட்டாள். இப்படியே போனால் நேரத்திற்கு வரவேற்புக்குச் சென்று சேர முடியாது என்பதால் அடுத்து வந்த பேருந்தில் ஏறினாள். முந்திய பேருந்துகளைப் போலவே இதுவும் இருந்தது. தலை முதல் பாதம் வரை ஒருவர் உடல் மற்றவரில் பதிந்திருந்தது. வியர்வை நெடியில் பஸ்ஸே புழுங்கித் தவித்தது. பின்னால் நிற்பவர்களைத் திரும்பிப் பார்க்கக்கூட முடியாத அளவுக்குக் கூட்டம். சென்னை மாநகரப் பேருந்துகளில் பயணம் செய்திருக்காத ஒருவர் அப்படியொரு கூட்டத்தைக் கற்பனை செய்துகொள்வதே கொஞ்சம் கடினம்தான். தனது லேப்டாப் பேக்கையும், ஹேண்ட் பேக்கையும் முன்னால் இழுத்துப் பத்திரப்படுத்திக்கொண்டாள்.

பின்னால் இருந்து ஒருவன் அவள் மேல் நெருக்கிக் கொண்டிருந்தான். தெரியாமல் நெருக்குவதற்கும் தெரிந்தே செய்வதற்கும் வேறுபாடு தெரியாதவள் இல்லை. இருந்தாலும் அவளால் ஆனதெல்லாம் துப்பட்டாவால் கழுத்தை மறைத்துக் கொள்வதும், அதிகபட்சமாய் ஒரு 'உச்சு' கொட்டிப் பின்னால் திரும்பி முறைப்பதும் மட்டுமே. அவனோ எதையும் பொருட்படுத்துவதாய் இல்லை. விலகிச்சென்று முன்னால் நகரக்கூட

முடியாத கூட்டம். அவள் இறங்க வேண்டிய நிறுத்தத்துக்கு முன்னரே இறங்கிவிட்டாள். இறங்கியதும் அவளது ஹேண்ட் பேக்கை ஒருமுறை சோதித்துப் பார்த்துக்கொண்டாள். அங்கே பூ கட்டிக்கொண்டிருந்த அம்மாள் சுஜாதாவை அருகில் அழைத் துப் பின்னால் அதைச் சுட்டிக் காட்டினாள். சுஜாதாவிற்கு அருவருப்பில் வாந்தியே வந்துவிட்டது. அவரிடமே கொஞ்சம் நீர் வாங்கித் துடைத்துவிட்டு ஆட்டோ பிடித்து நேராக வீட்டுக்குச் சென்றுவிட்டாள். அருண் கேட்டால் மிகவும் வருத்தப்படுவான் என்பதால் அவனிடம் கூடச் சொல்லவில்லை.

ஆட்டோ பிடித்துப் போகலாம் என்றால் பணமும் பயமும் முன் நின்று தடுக்கிறது. அந்தச் சம்பவத்திற்குப் பிறகு இப்போதுதான் பேருந்துக்காகக் காத்து நிற்கிறாள். இந்த முறை வந்த முதல் பேருந்திலேயே அப்படி ஒன்றும் கூட்டம் இருக்கவில்லை. ஆனாலும் உட்கார இடம் கிடைக்கவில்லை.

"உள்ள நகர்ந்து வந்து டிக்கெட் எடுத்துக்கோமா.. இல்லன்னா யார்கிட்டயாவது கொடுத்துவிடு" என்றார் நடத்துனர். அவளுக்கு உள்ளே நுழைந்ததும்தான் நினைவுக்கு வந்தது. அவளிடம் சில்லரை ஏதுமில்லை. பத்து ரூபாய் கூட இல்லை. ஐநூறு ரூபாய் நோட்டுகள் இரண்டு மட்டுமே இருந்தது. ஹேண்ட் பேக்கின், லேப்டாப் பேக்கின் அத்தனை திறப்புகளிலும் துழாவிப் பார்த்து விட்டாள். மொத்தமாக இரண்டு ரூபாய் மட்டுமே தேறியது.

"யேம்மா.. படியில நின்னு என்னமா தேடிக்கிட்டு இருக்க.. முதல்ல உள்ள ஏறி வாம்மா" என்று அந்தப் பக்கத்தில் இருந்து நடத்துனர் கத்தினார். உட்கார்ந்திருந்த அனைவரும் ஒருமுறை அவளைத் திரும்பிப் பார்த்தனர்.

அதற்குள் போன் வந்தது. அம்மாதான் அழைத்திருந்தாள். குழந்தையை மறுபடியும் டாக்டரிடம் காட்டிவிட்டு வந்ததாகவும் காய்ச்சல் குறையவில்லை ஆதலால் ஊசி போட்டிருக்கிறார் என்றும் கூறினாள். சுஜாதாவும் குழந்தை சாப்பிட்டுவிட்டாளா என்ன கொடுத்தீர்கள் என்று விசாரித்துக்கொண்டிருந்தாள். அதற்குள் வந்து டிக்கெட் வாங்கும் படி நடத்துனர் கத்தினார்.

வீட்டுக்குச் சென்று அழைப்பதாகக் கூறி போனை அணைத்தாள். முன்னால் நகர்ந்து நடத்துனருக்கு அருகில் நின்று கொஞ்சம் தயக்கத்துக்குப் பின் அவளிடமிருந்த ஐநூறு ரூபாயை

எடுத்து நீட்டினாள்.

நடத்துனர் அவளைப் பார்த்து ஒருமுறை நக்கலாக நகைத்து விட்டு, ‘‘நினைச்சேன்.. சில்லர ஏதாவது இருக்காப் பாருமா. எட்டு ரூபா டிக்கெட்டுக்கு ஐநூறு ரூபாய நீட்டினா.. நாங்க என்ன சில்லர கொடுக்குற மிசினா வச்சுருக்கோம்.’’ கொஞ்சம் அதிகப்படியாகத்தான் பேசினார் என்ற போதும் இதைப் பெரிதாகக் கண்டுகொள்ளும் மனநிலையில் அவள் இல்லை.

‘‘இல்ல சார். நான் ஏற்கனவே பாத்துட்டேன்’’

‘‘ஏற்கனவே தெரிஞ்சுதுல கொஞ்சம் சேஞ்ச் மாத்திட்டு வந்தா என்ன? செல்போன் எடுக்காம வெளியில வர்றீங்களா.. சேஞ்ச் எடுத்துக்குறது என்னாவாம் ’’

‘‘சார்.. அது உங்களுக்குத் தேவையில்லாத விஷயம். உங்கக்கிட்ட சேஞ்ச் இருந்தா குடுங்க.. இல்லைனா அடுத்த ஸ்டாப்ல இறக்கிவிடுங்க.. அதைவிட்டு தேவையில்லாம பேசாதீங்க’’

‘‘இந்த ஸ்டாப்ல ஏறுறவங்களே இப்படித்தான் ஸார்.. சில்லர கொடுக்கிறதில்ல.. ஆனா கேட்டா கோபம் மட்டும் பொத்துக்கிட்டு வரும். எல்லாம் காசு இருக்கிற திமிரு சார். உள்ள வந்ததுமே முப்பதாயிரம் நாப்பதாயிரம் கையில திணிக்கிறாங்கள்ல அந்தத் திமிரு.. அவங்களச் சொல்லணும். காலைல இருந்து கால் கடுக்க நின்னு, நாயா கத்தி மாசக்கடை சியில பஞ்சப்பாட்டு பாடிக்கிட்டு இருக்கோம்.’’ அவளைப் பார்க்காமல் அருகில் அமர்ந்திருக்கும் முதியவரைப் பார்த்துப் பேசுவது போல் பேசினார். வெண்கலத் தொண்டை. அந்தப் பெரியவரும் மையமாய்ப் புன்னகைத்து வைத்தார்.

இது சுஜாதாவுக்குக் கோபத்தைக் கிளறியது. ‘‘அதான் அடுத்த ஸ்டாப்ல இறங்கிக்கிறேன்னு சொல்றேன்ல அப்புறம் ஏன் தேவையில்லாம கத்துறீங்க’’

‘‘ஆமா.. எல்லாம் என் தலையெழுத்து உங்கிட்ட வந்து கத்தணும்னு.. நானும் உன்னப்போல மடிப்பு கலையாமத் கிளம்பி, மேக்கப் கலையாம திரும்பி, குளுகுளுனு ஏசியில உட்காந்து பெஞ்சத் தேய்ச்சுட்டு, காதுல பாட்டுக்கேட்டு ஜாலியா வந்தா ஏன் இப்படிக் கத்தப் போறேன் பைத்தியம் மாதிரி’’ என்று

நடத்துனர் அடுக்கடுக்காய்ப் புலம்பிக்கொண்டிருக்கும் போதே சுஜாதா பெருங்குரலெடுத்து அழ ஆரம்பித்தாள்.

இப்போதும் பேருந்தில் அனைவரும் அவளைத் திரும்பிப் பார்த்தனர். ☉

(சொல்வனம் 2017)

டொரினா

அம்மா மிகச் சாதாரணமாகத்தான் இந்தச் செய்தியைக் கூறினாள். இரவு சாப்பாட்டுக்குச் சோள தோசையும் மல்லிச் சட்னியும் வைத்திருக்கிறேன். உனக்குக்கூட ரொம்பப் பிடிக்குமே என்று சொல்லிக் கொண்டிருக்கும் போது இடையில் நிறுத்தி விசயத்தைச் சொன்னாள். வசந்தா அக்கா இறந்து விட்டாளாம். அதுவும் தற்கொலையாம். அவ்வளவு தான். அதற்குப் பிறகு அவள் பேசிய எதுவுமே என் காதில் விழவில்லை.

மலர்விழியிடமிருந்து 'ஹிமாலயா' என்றெழுதியிருந்த பாட்டில் நிறைய தண்ணீர் வாங்கிக் குடித்துவிட்டு, கட்டியிருந்த கைலியிலிருந்து ட்ராக்சுக்கு மாறினேன். "ஒரு மாதிரி புழுக்கமாக இருக்கிறது. கடற்கரைவரையில் ஒரு நடை போய்வருகிறேன்" என்று அவளிடம் சொல்லிவிட்டு, செருப்பையணிந்துகொண்டு வீட்டைவிட்டு வெளியேறினேன். கிரைண்டரில் ஆட்டி வைத்திருந்த மாவை வழித்துக்கொண்டிருந்தவள், நெற்றியில் வந்து விழுந்த முடியைப் புறங்கையால் ஒதுக்கிவிட்டு 'சரி' என்றாள்.

இறங்கி நூறடி நடந்தால் கடற்கரை வந்துவிடும். மனது சஞ்சலப்பட்டுப் போகும் தருணங்களில்

எல்லாம் முகத்தில் காற்றுபடக் கொஞ்ச தூரம் கடலைப் பார்த்து நடந்து வந்தால் போதும் எனக்கு. வீடு திரும்பும் போது, கோடைக்கால வானம் போல மனம் தெளிந்து போயிருக்கும்.

செருப்பை மணலில் களைந்துவிட்டு, அலை வந்து கால் வருடும்படி, நிலவொளி பட்டு ஒளிரும் கடலைப் பார்த்தபடி நின்று கொண்டிருந்தேன். அலை பட்டு உள்ளங்காலில் ஏறிய குளுமை வசந்தா அக்காவின் உள்ளங்கைகளை நினைவு படுத்தியது.

அக்கா தன் இருபதுகளில் ஜொலித்துக்கொண்டிருந்த நேரம் நான் என் பதின்களை நோக்கி பயணப்பட்டுக்கொண்டிருந்தேன். அவள் வீடும் எங்கள் வீடும் இருப்பது ஒரே வளவுதான். நான் குழந்தையாய் இருந்ததிலிருந்து என்னைத் தூக்கிக் கொஞ்சியவள்தான் என்றாலும், அவள் 'ச்ச்சமத்து' என்று என் கன்னங்களை அள்ளும் போது கழுத்தை நெளித்து, உடல் குறுகிக் கூச்சத்தில் நெளிவேன். அப்போது அவள் அம்மாவிடம் சொல்வாள், 'அக்கா, பிள்ளைக்கு மீசை முளைக்க நேரம் வந்துடுச்சு' என்று கூறி என்னைப் பார்த்துக் கண் சிமிட்டுவாள். நான் மீண்டும் நெளிவேன். 'அடி போடி இவளே.. இன்னும் படுக்குற பாயில உச்சா போயிட்டுத் திரியுதான். இவனுக்கு மீசை ஒன்னுதான் கேடு' என்று அம்மா அங்கலாய்ப்பாள்.

என்னால் இப்போதும் அந்தக் கைகளின் குளுமையை உணர முடிகிறது. நினைவுகளைப் போல, எப்படியோ என்னால் உணர்வுகளையும் மீட்டெடுக்க முடிகிறது. ஆயிரம் மலர்களுக்கிடையேயும் கோகுல் சாண்டல் பவுடர், கழுத்து வியர்வையில் நனைந்து எழும் அவளின் பிரத்யேக வாசனையை என்னால் இப்போதும் பிரித்து உணர முடியும்.

வசந்தா அக்கா நன்றாக ஓவியம் வரைவாள். அவளது ஓவியங்களால் 'நன்று – மிக நன்று' குறிப்புகளை வாங்கி நிறைந்தன என் ஓவியப் பயிற்சிப் புத்தகங்கள். என் வீட்டின் சிவப்பு சிமெண்ட் பாவிய தரையில், அப்பாவின் எழுத்து மேசையை இழுத்துப் போட்டுக்கொள்வாள். எனக்கும் அவளுக்கும் மட்டுமே கேட்கும் ஒலியில் 'மோகன்' நடித்த படப் பாடல்களைப் பாடிய படியே, எனக்கான படங்களைப் போடுவாள். வராண்டாவில் மாட்டப்பட்டிருக்கும் குண்டு

பல்பின் ஒளியில், நெற்றியிலிருந்து அவளின் கழுத்துக்கு இறங்கும் வியர்வைக் கோடுகளின் மினுமினுப்புகளை ரசித்துக்கொண்டிருப்பேன்.

சட்டென்று வரைவதை நிறுத்தி, ஓரக் கண்ணால் பார்த்து, 'என்னலே' என்பது போல, ஒரே ஒரு புருவத்தை மட்டும் தூக்குவாள். நான் வெட்கிக் குனிந்து, வெட்டுப்படப் போகும் ஆடுபோலத் தலையை ஆட்டுவேன். அதைப் பார்த்து தனக்குள் சிரித்துக் கொள்வாள்.

அவளின் சிறு வயதிலேயே அப்பா தவறிவிட்டார். அம்மா மட்டும்தான். சொஸைட்டிக்கு தறி நெய்து கிடைக்கும் கூலியில் குடும்பத்தை நடத்திக்கொண்டிருந்தார். ஆனாலும் எப்படியோ உருட்டிப் பிரட்டி அக்காவை பன்னிரெண்டாம் வகுப்பு வரை படிக்க வைத்துவிட்டார். குடிகார அண்ணனைத் தவிர அவள் அம்மாவுக்கும் சொந்தம் என்று சொல்லிக்கொள்ள நாதியில்லை. அவர்களின் எல்லா சுக துக்கத்திலும் அம்மாதான் தோள் கொடுத்து நின்றிருக்கிறார்.

◉ ◉ ◉

அது ஒரு ஞாயிற்றுக்கிழமை. அக்கா என்னைத் துணைக்கு அழைத்துக்கொண்டாள். நானும் அவளும் மட்டும் பெண்கள் அமரும் பகுதியில் அமர்ந்து 'காதல் கோட்டை' படம் பார்த்தோம். அவள் வீட்டில் இன்னும் சில தோழிகளும் உடன் வருவதாய்ச் சொல்லியிருந்தாள். ஆனால் அப்படி யாரும் வரவில்லை. இடை வெளியில் அரிசி முறுக்கு வாங்கிக் கொடுத்த போது, 'ஏலே.. கூட என் ப்ரண்டுக யாரும் வரலேன்னு அம்மாக்கிட்ட போயி சொல்லிடாதே என்ன' என்றாள்.

எங்க அம்மாகிட்டயா.. உங்க அம்மாகிட்டயா..

ரெண்டு பேர்கிட்டயும் தான்.

படம் முடிந்து திரும்பி வரும் போது, 'படம் பிடிச்சதாலே.. அஜித் சூப்பரா இருக்காம்ல' என்றாள். அக்காவுக்கு இன்னொரு ஆணையும் பிடிக்கிறது. அதுவும் அவள், அவனை ரசிக்க வெல்லாம் செய்கிறாள் என்று உணர்ந்த போது நான் அஜித்தை முற்றிலுமாக வெறுக்கத் தொடங்கியிருந்தேன்.

நடந்து வந்துகொண்டிருந்த எங்களின் பின்னால், சரியாக மூன்று முறை சைக்கிள் பெல் கேட்டது. இந்தச் சத்தம் எனக்குப் பழக்கமான ஒன்று. நான் மட்டும் திரும்பிப் பார்த்தேன். கலர் கதிரேசன் அண்ணன் தனது லோடு சைக்கிளை அழுத்தி வந்து கொண்டிருந்தார். இந்த முறை காலிப் பெட்டி மட்டும் இருந்தது. அண்ணன்தான் எங்கள் ஊரில் உள்ள பெட்டிக் கடைகளுக்கு கலர், சோடா முதலியன சப்ளை செய்வார். தீவிரமான ரஜினி ரசிகர். அப்போது கூட முத்து பட ரஜினி போல வெள்ளை ஜிப்பா, கழுத்தில் ஒரு சிவப்புத் துண்டு, நெற்றியில் குங்குமம் என்று வைத்துக்கொண்டிருந்தார்.

ஒவ்வொரு வருடமும் ரஜினி பிறந்த நாளுக்கு, பெரிய தட்டி கட்டி, ஸ்பீக்கர் வைத்து, நாள் முழுக்க ரஜினி பாட்டுகளை ஒலிக்க வைத்துக்கொண்டிருப்பார். என்னைப் போன்ற பிள்ளைகளுக்கு நோட்டும் பேனாவும் கொடுப்பார். அப்படியே நாங்களும் ரஜினி ரசிகர் ஆனோம். ஆனால், அக்காவுக்கு ஏனோ கமல்தான் பிடிக்கும்.

வீட்டுக்குப் பக்கத்திலிருக்கும் பிள்ளையார் கோவில் தெரு முக்கு வரை பின்னாலேயே வந்தார். மீண்டும் மூன்று முறை பெல் அடித்து இந்த முறை எங்களுக்கு ஓரமாக வந்து சைக்கிளை நிறுத்தினார். ஒரு காலை சைக்கிளின் பெடலிலும் மறுகாலைத் தரையிலும் ஊன்றிய படி நின்றுகொண்டு, 'என்னடா சரவணா.. நீ கூட நான் டொரினா வாங்கித் தந்தா குடிக்க மாட்டியோ' என்றார். எனக்கு ஒன்றுமே புரியவில்லை. மலங்க மலங்க அக்காவைப் பார்த்துக்கொண்டிருந்தேன்.

'இதெல்லாம் ஒரு படமால்லே.. அடுத்த வருசம் எப்படியும் தலைவர் படம் வந்துடும். அப்போ வாடே நான் உன்னக் கூட்டிட்டுப் போறேன். தலைவரு படத்த முதல் நாள் பாத்திருக்க மாட்டேல்ல.. நம்ம மாரியம்மன் கோவில் திருவிழா மாதிரி இருக்கும்டே' என்றார்.

அக்கா, என் கைகளை இறுகப் பற்றிக்கொண்டாள். 'யார்ட்டயும் சொல்லிடாதே சரியா' என்றாள். எதைச் சொல்கிறாள் என்பது புரியாத போதும் எதையுமே சொல்லக் கூடாது என்பதாக முடிவெடுத்துக்கொண்டேன்.

⊙ ⊙ ⊙

பன்னிரெண்டாம் வகுப்புப் பிள்ளைகளுக்குப் பரிட்சை நடந்து கொண்டிருந்த நேரம். அக்காவும் பன்னிரெண்டாம் வகுப்புதான் எழுதினாள். பெரிய பரிட்சை ஆதலால், என்னைப் போன்ற சிறு வகுப்புப் பிள்ளைகள் சத்தம் போட்டுவிடக் கூடாது என்று எங்களுக்கெல்லாம் விடுமுறை விட்டிருந்தார்கள்.

விளையாடுவதற்காக வண்ண வண்ண கோலிக் குண்டுகளை டவுசரின் இரண்டு பைகளிலும் திணித்தபடி சென்றபோது, அங்கே, சம்முகம் தாத்தாவின் பெட்டிக் கடையின் முன்னால் கதிரேசன் அண்ணனின் லோடு சைக்கிள் நின்றுகொண்டிருந்தது. அவரது சைக்கிளை அடையாளம் காண்பது மிகவும் எளிது. அண்ணாமலை படத்தில் ரஜினி சைக்கிள் போலவே இருக்கும். அதில் இருக்கும் கதிரேசன் என்ற பெயர் கூட அண்ணாமலை படத்தின் டைட்டில் போலவே எழுதப்பட்டிருக்கும். சைக்கிளின் இரண்டு பக்கங்களும் கோலி சோடா, கலர் மற்றும் டொரினாக் களால் நிரம்பி வழிந்து கொண்டிருந்தது.

கதிரேசன் அண்ணன் அங்கேதான் அமர்ந்து சிகரெட் பிடித்துக்கொண்டிருந்தார். நான் வருவதைப் பார்த்ததும் சிக ரெட்டை அணைத்துவிட்டு, ‘டேய் சரவணா.. இங்க வாடா’ என்றார்.

‘அண்ணே.. கோலி விளையாடப் போறேண்ணே’

‘அடப் போகலாம் இருடா.. டொரினா குடிக்கியா’

விளையாட்டெல்லாம் மறந்து ‘சரியண்ணே’ என்றேன்.

முதலில் தன் சைக்கிள் பெட்டியிலிருந்து எடுக்கப் போனவர், பின்னர் சம்முகம் தாத்தாவிடம் சொல்லிவிட்டு ஐஸில் குளிர வைக்கப்பட்டிருந்த டொரினா ஒன்றை எடுத்து வந்தார். அதன் மூடியை அத்தனை லாவகமாகத் தன் பற்களாலேயே திறந்தார். பின்னர் ஒரு முறை நானும் அது போலவே முயற்சித்து வாய் கிழிந்து இரத்தம் வந்தது தனிக் கதை.

அதுவரை ஒரு முழு டொரினாவைக் குடித்ததேயில்லை. வீட்டுக்கு விருந்தினர்கள் வரும் போது, நான் கடையிலிருந்து வாங்கி வருவேன். அப்போது, அதிலிருந்து ஒரு டம்ளரில் பாதிவரை ஊற்றி அம்மா தருவாள். டொரினாவை டம்ளரில் ஊற்றிக் குடிப்பதே தனிக் கலை. அதை ஊற்றும் போது, புஸ்

புஸ் என்ற ஒலியுடன் வரும் கேஸ் போய் விடுமுன் மெதுவாகக் குடிக்கத் தொடங்க வேண்டும். ஆனால், உடனே தீர்ந்து போய் விடவும் கூடாது. வைத்து வைத்துக் குடிக்க வேண்டும். குடித்து முடித்ததும் அந்த ஆரஞ்சு வண்ணமும் சுவையும் நாக்கில் நெடு நேரம் நிலைக்க வேண்டும். எனவே உடனடியாக வேறு எதையும் குடிக்கவோ, திங்கவோ கூடாது.

அரை டம்ளர் டொரினாவையே அரைமணி நேரம் குடிப்பவனுக்கு, அண்ணன் ஒரு முழு டொரினா பாட்டிலை வாங்கிக் கொடுத்திருந்தார். உண்மையில் என்னால் குடிக்க முடியவில்லை. ஒவ்வொரு வாய் குடித்து முடித்ததும் அதன் அளவைப் பார்த்துக்கொண்டிருந்தேன். தீர்ந்தபடியே தெரிய வில்லை. குடிக்க முடியவில்லை என்று சொல்வதோ ஆகப் பெரிய அவமானம். அதனால் முக்கி முக்கிக் குடித்துக்கொண்டிருந்தேன்.

'நல்லா இருக்காலே' என்றார்.

'சூப்பர்ண்ணே' என்று தலையாட்டினேன்.

'ஏன்டா.. உங்க அக்காளுக்கு மட்டும் டொரினா பிடிக்காதோ'

'தெரியல்லண்ணே.. அது அம்மா அதுக்கு வாங்கிக் கொடுத்து நான் பார்த்தேயில்லண்ணே'

'ஓ.. அவுக அம்மா வாங்கிக் கொடுத்தாதான் மகாராணி குடிப்பாகளோ'

அக்காவை, 'மகாராணி' என்றழைத்த போது இருந்த நக்கல் என்னை எரிச்சல்படுத்தியது. ஆனால் காட்டிக்கொள்ளவில்லை. அப்போதுதான் சரியாக அக்கா பரிட்சை எழுதி முடித்து வந்து கொண்டிருந்தாள். வழக்கமாக வரும் அவளது தோழிகள் முன்னே செல்ல இவள் மட்டும் இரண்டடி பின்னால் வந்துகொண்டிருந்தாள். அவள் தூரத்திலிருந்தே எங்களைப் பார்த்துவிட்டாள்.

அப்போது சரியாக அண்ணன் தன் சைக்கிளில் இருந்து பாட்டொன்றை ஒலிக்க விட்டார் 'போகும் பாதை தூரமே, வாழும் காலம் கொஞ்சமே' என்று பாதியில் இருந்து பாட ஆரம்பித்தது. நான் அதன் ஆரம்ப வரிகளைக் கண்டுபிடிக்கும் ஆராய்ச்சியில் இருந்தேன்.

அக்கா எங்களைக் கடந்து செல்லும் போது, அண்ணன் ஒரு டொரினாவை எடுத்து அக்காவின் பக்கம் நீட்டி, வேண்டுமா என்பது போல் தலையை அசைத்தார்.

அவள் இல்லையென்பதாகத் தலையாட்டினாள். அப்போது அவள் தலையில் இருந்து விழுந்த மல்லிகைப் பூக்களை நான் கவனித்தேன். அவள் லேசாகச் சிரித்தது போல தான் தெரிந்தது. கதிரேசன் அண்ணன் முன்னால் சிலுப்பியவாறு இருந்த முடியை உள்ளங்கையால் கோதி மேலே இழுத்துவிட்டுச் சிரித்தார்.

◉ ◉ ◉

அன்று நான் பள்ளி முடிந்து வீட்டுக்கு வரும் போது, அடுக்களைக்குள் அம்மாவும் அக்காவின் அம்மாவும் பேசிக் கொண்டிருப்பது கேட்டது.

'வசந்தாவ கதிரேசன் கலியாணம் முடிக்கணும் ஆசைப்படுறாப்புலயாம். நேத்து சொஸைட்டிக்கு சீலைய வரவு வைக்கப் போயிருந்தப்ப வழியில பார்த்தேன் அந்தப் பையன. காசு பணம் ஒண்ணும் பெரிசா எதிர்ப்பார்க்கலைக்கா. முடிஞ்சதப் பண்ணுங்க. பொண்ணு மேல படிக்கணும்னு ஆசைப்பட்டாலும் கலியாணம் பண்ணிட்டு நான் படிக்க வைக்கிறேன்னு சொன்னாப்புல. பார்த்தா நல்ல பையனாத்தான் தெரியுறாப்ல. இருந்தாலும் நம்ம அண்ணாச்சிக்கிட்ட சொல்லி ஒரு வார்த்தை விசாரிக்க சொன்னா நல்லாருக்கும். ஆம்பிளைங்க பழக்க வழக்கமெல்லாம் அவுகனா கரெக்க்ட்டா சொல்லிப் பொடுவாப்புல'

'இதையெல்லாம் சொல்லுணுமா பொன்னக்கா. நாளைக்கே விசாரிக்கச் சொல்லுவோம். பையன் ரொம்பத் தெளிவுதேன். ஊர் காரியத்துலகூட அப்பப்போ முன்னாடி வந்து எடுத்துப் பண்ணப்போ பார்த்துருக்கேன். நம்ம வசந்தாவுக்கு ஏத்த சோடிதேன்.'

அடுத்த ஒரு வாரத்தில் எல்லாம் கூடி வந்தது. அக்காவுக்கு அன்று 'பூ வைக்க' கதிரேசன் அண்ணன் வீட்டிலிருந்து அனைவரும் வந்திருந்தார்கள். அன்றைக்கு அக்கா கிளிப்பச்சை நிற பட்டுப் புடவையில் அழகாக இருந்தாள். காதில் கம்மல் மாட்டி, தலை நிறைய பூ சூடி, அம்மாவின் நெக்லஸ்

ஒன்றை வாங்கி அணிந்திருந்தாள். அது அம்மாவை விட அக்காவுக்குத்தான் ரொம்பப் பொருத்தமாக இருந்தது.

அவர்கள் வீடு சிறியது என்பதால், எங்கள் வீட்டில் வைத்துதான் எல்லாம் நடந்தது. அங்கு வந்த கதிரேசன் அண்ணன் என்னைக் கூப்பிட்டு பக்கத்தில் உட்கார வைத்துக்கொண்டார்.

அடுத்த வைகாசியில் திருமணத்தைக் குறித்தனர். எல்லாம் சரியாகப் போய்க்கொண்டிருந்தது. அந்த சந்தோசம் எல்லாம் இரண்டே வாரம்தான். அந்த வெள்ளிக்கிழமை, கதிரேசன் அண்ண னின் அப்பா, கடையைச் சாத்திவிட்டு இரவில் சைக்கிளில் வரும்போது கீழே விழுந்துவிட்டார். விழுந்தவர் இதயம் நின்று போய்விட்டது. அதோடு அக்காவின் கல்யாணமும்.

அதற்குப் பிறகு அக்கா வீட்டை விட்டு வெளியே வருவதையே நிறுத்திக்கொண்டார். அடுத்த வருடம் கதிரேசன் அண்ணனுக்கு கலியாணமாகி அடுத்தடுத்து இரண்டு பிள்ளைகள் என்றான போதும் கூட, அக்காவுக்குக் கல்யாணப் பேச்சே கூடி வரவில்லை.

பள்ளி முடிந்து நான் கல்லூரி செல்லும் போது 'நல்ல பிள்ளையா போய்ட்டு வாடா சரவணா' என்றவள் என் தலையைக் கோதிய போதும் அதே குளுமைதான் இருந்தது.

எங்கள் ஊரில் நடக்கும் மாரியம்மன் திருவிழா சுற்றியுள்ள பகுதிகளில் மிகவும் விசேஷம். பொதுவாக ஏப்ரல், மே மாத கோடையில் வரும். பள்ளி கல்லூரிகளுக்கு விடுமுறை காலம். ஆதலால், பொருள்வயின் பொருட்டு வெளியூரில் இருப்பவர்கள் கூட அனைவரும் கூடிய மட்டும் ஊருக்கு வந்துவிடுவர். ஊர் முழுவதும் உற்சாகம் நிரம்பி வழியும்.

காலையில் பூ சப்பர பவனி. தெருவையே கூட்டித் தெளித்து, புத்தாடைகள் கட்டி, தேங்காய் பழத்துடன் அனைவரும் தெருவில் குழுமியிருந்தோம். கோவில் யானை எங்களைக் கடந்து சென்று கொண்டிருந்தது. அடுத்து, இளவட்டங்கள் சுற்றிலும் ஆடிவர கொட்டு மேளம் ஒலித்து வந்தது. கொளுத்தி வைக்கப்பட்ட பத்திக்கட்டின் மணமும் தொடுத்து வைக்கப்பட்டிருந்த மல்லிகை மாலையின் மணமும் ஏற்றி வைக்கப்பட்ட மாவிளக்கிலிருந்து நெய் எரிந்து வரும் காந்தார வாசமும் சுற்றியெங்கும் கமழ்ந்துகொண்டிருந்தது.

தீபாராதனை காட்டியபடி கோவில் பூசாரி வந்துகொண்டிருந்தார். வியர்வை மழையில் குளித்தவாறே மேளக் காரர்கள், உடல் அதிர, உள்ளோடும் குருதி கொதிக்க கொட்டடித்துக் கொண்டிருந்தனர்.

அருகில் நின்றுகொண்டிருந்த வசந்தா அக்கா, தனது உடலை மெதுவாக முறுக்கி, முன்னும் பின்னுமாய் நெளியத் தொடங்கினார். அவரின் மூச்சு சர்ப்பமாய் சீறிற்று. பற்களை நரநர வென்று கடித்தவாறு சாமியாடத் தொடங்கியிருந்தார். எங்கிருந்துதான் வந்ததோ அவ்வளவு சக்தியும். தரையில் புரள எத்தனித்தவரை, அருகிலிருந்த பெண்கள் இருவர், தாங்கிப் பிடித்துக் கொண்டனர். கூட்டத்தின் கவனம் முழுவதும் அவரிடம் சென்றது. என்னைப் போன்ற சிறுவர்கள் எல்லோரும் வெருண்டு ஒதுங்கிக்கொண்டோம்.

சுற்றியிருந்த வயதான பாட்டிமார்கள் சிலர், 'உனக்கு என்னத்தா வேணும்.. வயசுக்கு வந்த புள்ளய இப்படிப் படுத்துறியே.. இது உனக்கே நியாயமா? அவளுக்கு நாளைக்குக் கல்யாணம் காட்சின்னு பாக்க வேணாமா' என்று அந்த அக்காவிடம் வேறு யாரிடமோ பேசும் தோரணையில் பேசிக்கொண்டிருந்தனர்.

சில பல மிரட்டல்களுக்கும் வேண்டுகோள்களுக்கும் பிறகு, அதிரும் குரலில் அக்கா 'இப்ப எனக்குக் குடிக்க டொரினா வேணும்' என்றார். அருகிலிருந்த ஒருவர் சம்முகம் தாத்தா கடையில் இருந்து ஐஸில் வைக்கப்பட்ட இரண்டு டொரினாக் களை வாங்கி வந்து உடைத்துக் கொடுத்தார். இரண்டையும், சொட்டு மிச்சம் வைக்காமல் குடித்து முடித்து அவர் மீண்டும் அக்காவானார்.

கடந்த முறை மகிக்கு முதல் மொட்டையடிக்க வந்தபோது அவளைக் கூப்பிடாமல் விட்டுவிட்டேன். அப்போதும் அவள் வந்து அவன் கைகளில் நூறு ரூபாயைத் திணித்து, 'உங்கப்பன மாதிரி நீயும் இந்த அத்தையை மறந்துடாதலே' என்று அவனை அள்ளி முத்தமிட்டுச் சென்றாள்.

மகியும் கூட அந்தக் கைகளின் குளுமையை உணர்ந்திருப்பானாயிருக்கும்.

இப்போது, இறுக்கம் சற்று குறையவே வீட்டுக்கு வந்து சேர்ந்தேன். மலர் விழி, 'இடியாப்பம் செஞ்சு ஹாட் பாக்ஸில்

வச்சுருக்கேன். முகம் கழுவிட்டு வந்தீங்கன்னா சாப்பிட ஆரம்பிக்கலாம்' என்றாள்.

அவளை மறித்து நிறுத்திவிட்டு, என் போனை எடுத்து, நான் மீண்டும் அம்மாவுக்கு அழைத்தேன் 'அம்மா.. வசந்தாக்கா எப்படி செத்தா?' என்றேன்.

'டொரினால பூச்சி மருந்த கலந்து குடிச்சுருக்கா பாதகத்தி' என்றாள். ☉

(மலைகள், 2017)

யயகிரகணம்

செம்மண் தரையில் சிந்திய நீரைப் போல பசி வயிறெங்கும் மெல்ல பரவி படர்ந்தது. வயிற்றை நிரப்பிவிட்டால் மனதுக்குச் சிறகு முளைத்து விடுகிறது. சிறகு முளைத்து மட்டுமென்ன பயன்? கூண்டை விட்டு வெளியேறி உயரப் பறந்து வானைத் தொட்டாலாவது பரவாயில்லை. முட்டி முட்டி மோதிக் கூண்டுக் குள்ளேயே சிறைப் பட்டு ரணமாகிறது. அதற்காகவே வயிறைக் காயப் போட்டேன். காலியான வயிறு எப்போதும் கனவு களை அனுமதிப்பதில்லை.

கைகள் நிறைய பைகளையும் கண்கள் நிறைய தூக்கத்தையும் எதிர்ப்படும் ஒவ்வொருவரும் ஏந்தி வந்தனர். ஆட்களை இறக்கிவிட்டும் ஏற்றிக் கொண்டும் பேருந்துகள் வருவதும் போவதுமாய் இருந்தன. இதுவே எங்கள் ஊர்ப்பக்கமாயிருந் தால், இப்படியொரு பின்னிரவில் பொதுவாக ஆளரவம் அடங்கிப்போயிருக்கும்.மாட்டுத்தாவணி பேருந்து நிலையத்தில் அதற்கான அறிகுறியே தென்படவில்லை. திருமணம், எழவு, வரவு, செலவு, மருத்துவம், காதல், கவிதை, காமம் என பிரயாணத்திற்கான தாத்பரியம் ஒவ்வொருவருக்கும் ஒவ்வொன்று இருக்கக்கூடும். யாரறிவார்?

இந்தப் பேருந்து நிலையத்தில், என்னைப் போல யாரேனும் ஒருவன் தன் அடங்காக் காமத்தையும் ஆறாத் தோல்வியையும் பசியால் மட்டுப்படுத்தி அமர்ந்திருப்பானா? இருக்கக்கூடும்.

வானம் சூல் கொண்டு நிறைந்திருந்தது. ஒரு நட்சத்திரம் கூட கண்ணில் படவில்லை. வீசும் காற்றில் குளிர் மெல்ல ஏறி யிருந்தது. நான் உட்கார்ந்திருந்த திண்டுக்கு அருகே பேருந்துகளின் நடத்துனர்கள் தத்தம் வருகையைப் பதிந்துகொண்டிருந்தனர். அதற்குப் பின்னாலிருந்த விளக்குக் கம்பத்திற்கு அருகே பெண் ணொருத்தி நின்றுகொண்டிருந்தாள். ஜிகு ஜிகுவென மின்னும் கண்ணாடிச் சேலை. முகம் முழுக்க ஒப்பனை. அவளின் பெரிய கண்களில் கண்மை நிறைந்து வழிந்தது. புத்தம் புதிய மல்லிகைப் பூ. யாரையோ தேடும் பாவனையில் இடம் வலம் மாறிமாறிப் பார்த்துக்கொண்டிருந்தாள்.

காலையில் அம்மா, மதுரை வரை சென்று, போன வாரம் பார்த்த பெண்ணின் அண்ணனை ஒரு தடவை நேரில் சந்தித்துப் பேசிவிட்டு வருமாறு கூறிய போதே எனக்குத் தெரியும் இப்ப டித்தான் நடக்கும் என்று. சொன்னால் மட்டும் கேட்கவா போகிறாள். அடுத்த இரண்டு நாட்கள் அழுது அடம்பிடிப்பாள். மூன்றாவது நாள் எப்படியும் நான் போக வேண்டியது வரும். அதுவரை காத்திருப்பானேன். அதனால் சரியென்று சொல்லிக் கிளம்பினேன்.

மதுரையில் ‘தங்கரீகல்’ தியேட்டருக்கு எதிரே இருந்த கடைத்தெருவில் சிறியதொரு ஜவுளிக்கடை வைத்திருக்கிறார். பெயர் ஆறுமுகம். தேடிக் கண்டடைவது ஒன்றும் அத்தனை கடினமாக இருக்கவில்லை. மதிய உணவை முடித்துவிட்டு ஊரிலிருந்து கிளம்பி, அந்தக் கடைத்தெருவை அடையும் போது மணி மாலை ஐந்தாகியிருந்தது. வானத்தைச் சாம்பல் நிற மேகங்கள் தழுவிப் போயின.

அருகில் இருந்த டீக்கடை ஒன்றில் ஒரு டீயைக் குடித்த நேரத்தில், எப்படி ஆரம்பிப்பது என்று எனக்குள்ளே ஒத்திகை பார்த்துக்கொண்டேன். கடை அடைத்திருந்தால் என்ன செய்வது? கடை திறந்திருந்து அவர் அங்கில்லாது போனால் என்ன செய்யலாம்? கடையும் திறந்திருந்து, அவருமிருந்து, ஒருவேளை என்னை அவருக்கு அடையாளம் தெரியாவிட்டால்? இப்படி

அத்தனை எதிர்மறைகளுக்கும் என்னைத் தயார்ப்படுத்திக் கொண்டேன்.

அவர், எனக்கு அவ்வளவு சிரமம் எல்லாம் வைக்கவில்லை. கடையில் தளம் தெரியாதவாறு தரையெங்கும் கோரைப்பாய் விரிக்கப்பட்டிருந்த்து. கடை மொத்தமே இருபதுக்கு இருபதடி தான் இருக்கும். அதில் ஒரு ஓரத்தில் மரத்தாலான மூன்றடி உயரமுள்ள பீரோ இருந்தது. பீரோவை ஒட்டி ஒரு சின்ன சாய்வு மேசை போட்டு உட்கார்ந்திருந்தார் ஆறுமுகம். திருநீறு, முன்வழுக்கை முழுவதும் நிறைந்திருந்தது. புருவங்களுக் கிடையே மிகக்கச்சிதமாய் ஒரு வட்டப் பொட்டு. கழுத்தில் மெல்லிய துளசி மாலை. அப்போதுதான் குளித்துமுடித்து வந்து உட்கார்ந்திருந்தது போல கசங்கலோ களைப்போயின்றி இருந்தார்.

பயணத்தில் கலைந்து போயிருந்த முடியைக்கூட வாராமல், முகத்தையும் கழுவாமல் நான் போய் நின்றேன்.

"வணக்கம். என் பேர் சந்திரன். ராஜபாளையத்துல இருந்து வர்றேன். போனவாரம் கூட மீனாட்சியம்மன் கோவில்ல பொண்ணு பாக்க வந்திருந்தோமே.."

"அடடடே.. நல்லா ஞாபகம் இருக்கு தம்பி. வாங்க. உட்காருங்க. டீ, காபி என்ன சாப்டுறீங்க?"

"இல்ல ஒண்ணும் வேணாங்க.. இப்போ வர்ற வழியிலதான் டீ குடிச்சுட்டு வர்றேன்."

"அப்படியெல்லாம் (ச்)சொல்லக்கூடாது. டேய் தம்பி.. ஓடிப் போயி மயிலண்ணன் கடையில போயி மூணு டீ வாங்கியா.. வேடிக்க பாக்காம (ச்)சட்டுன்னு வந்துசேரணும்" என்று கடை யிலிருந்த பையனை ஏவிவிட்டு என்னிடம் "சொல்லுங்க தம்பி. வீட்டுல எல்லாரும் சௌக்கியம்தானே" என்றார்.

"எல்லாரும் நல்லாயிருக்காங்க. போன வாரம் கோவில்ல வச்சே எங்களுக்குப் பொண்ணப் பிடிச்சுருக்குன்னு சொல் லிட்டுப் போயிட்டோம். நீங்க போயி இரண்டு நாள்ல கலந்து பேசிட்டு சொல்றோம்ன்னு சொன்னீங்க. ஒரு வாரமாச்சு. தகவ லொண்ணுமில்ல. அதான் அம்மா நேர்ல போயி ஒரு வார்த்த கேட்டுட்டு வரச் சொன்னா"

‘‘நல்லது தம்பி. நாங்களே உங்க வீட்டுக்கு ஒரு போன் பண்ணிச் சொல்லணும்னு நினைச்சுட்டு இருந்தோம். அப்படியிப்படிக் கொஞ்சம் பிஸியாப் போயிடுச்சி.. தம்பி, தப்பா நினைக்க வேண்டாம். பொண்ணு மேல படிக்கணும் ஆசப்படுதா.. இத்தன வருசமா அவ முகம் கோண நாங்க எதுவும் செஞ்சதில்ல. படிக்கணும்மிட்டு ஆசப்படுத புள்ளயப் போயி கூரப் புடவயக் கட்ட வைக்க வேணாமுன்னு பாக்கோம். நாலெழுத்து நல்லாப் படிச்சுப்பிட்டா பின்னாடி அவ பிள்ளகுட்டிகளுக்குப் பிரச்சன யில்ல பாருங்க. என்ன நான் சொல்றது. அதுனால இப்போதைக்கு அவ கல்யாணத்த இரண்டு வருசம் தள்ளிப் போடலாமுன்னு நினைக்கிறோம். அவளுக்கு இன்னும் வயசிருக்குல. இப்பதான கழுத இருபது கழிஞ்சு இருபத்தொண்ணே பொறக்குது. அதான் நீங்க ஒண்ணும் தப்பா எடுத்துக்க வேண்டாம்’’

‘‘ஓ.. சரிங்க. பரவாயில்ல. நான் அம்மாக்கிட்ட எடுத்துச் சொல்லிக்கிறேன். அப்ப நான் வரேன்’’

‘‘இருங்க தம்பி.. இப்போ டீ வந்துடும். இருந்து, குடிச்சுட்டுப் போங்க’’

‘‘பரவாயில்லங்க. வர்றேன்’’ என்று சொல்லிவிட்டு விறுவிறு வென்று அங்கிருந்து கிளம்பினேன். எங்கே போக வேண்டும் என்ற எந்தக் குறிக்கோளும் இல்லாமல் கால் போன பாதையில் போனேன்.

முப்பத்து நான்கு வயதிலும் பெண் பார்க்கக் கோவில் கோவிலாகச் சுற்றித் தேய்ந்த கால்கள் இழுத்துப் போன பாதையெல்லாம் போய்க் கொண்டிருந்தேன். மாப்பிள்ளையைப் பிடிக்கவில்லை. யோசித்துச் சொல்கிறோம். ஜாதகம் பொருந்த வில்லை. படிப்புப் போதவில்லை. வேலை நிலையானதா யில்லை என்று தட்டிக் கழிப்பதற்கு உண்டான அத்தனை காரணங்களையும் இதுவரையில் கேட்டாகிவிட்டது.

முதலில் என்னவோ மிக நாசூக்காகத்தான் ஆரம்பித்தார் ஆறுமுகம். எதிர்பார்த்ததுதான் என்பதால் எனக்குப் பெரிதாக அதிர்ச்சியொன்றுமில்லை. நானே நேரில் வந்தது உண்மையில் அவருக்குத்தான் சங்கடத்தைத் தந்திருக்கும். ஆனால், அந்தக் கடைசி வார்த்தையில், பெண்ணுக்கும் எனக்கும் பதிமூன்று வயதுகள் வித்தியாசம் என்று சொல்லாமல் சொல்லிவிட்டார்.

இல்லாதது ஒன்றையும் சொல்லவில்லைதான். ஆனால், உண்மையை உள்ளபடி ஏற்றுக்கொள்வதுதான் அத்தனை சுலப மாயிருப்பதில்லை. இதோ, போன பிப்ரவரியுடன் முப்பத்து நான்கு வயது நிறைவுற்றது. இத்தனை வயதிலும் கல்யாணம் நடைபெறாதிருப்பது என் குற்றம் மட்டுமா? நானா இந்த நட்சத்திரத்தில் பிறக்க வேண்டுமென்று வரம் வாங்கி வந்து குதித்தேன்? என் அப்பா குடியும் கூத்தியாளுமாய் இருப்பதற்கு நானா பொறுப்பு? இல்லை என் தங்கை வேறு ஜாதிப் பையனை காதலித்து மணந்தது என் குற்றமா? இல்லை அந்த சுஜாதாவைக் காதலித்ததுதான் என் தவறா?

◉ ◉ ◉

சுஜாதாவை முதன் முதலாகக் கலை மன்ற படிப்பகத்தில் வைத்துதான் பார்த்தேன். பொதுவாகப் புத்தகத்தைப் பதிந்து வீட்டுக்கு எடுத்து வந்து படிப்பதே வழக்கம். அங்கு வரும் சிற்றிதழ்களை எடுத்து வந்து வாசிக்க இயலாது. வேண்டுமானால் பழைய இதழ்களை நூலகரிடம் கேட்டு எடுத்துக்கொள்ளலாம்.

அப்படி அங்கிருந்து வாசித்துக்கொண்டிருந்த ஒரு நாளில்தான் அந்தப் பெண்ணைப் பார்த்தேன். முதன் முதலாக நான் பார்த்த போதே சுந்தர ராமசாமியின் ‘ஜே ஜே சில குறிப்புகளை’ வாசித்துக் கொண்டிருந்தாள். நல்ல இலக்கியப் பரிச்சயம் இல்லாமல் ஜே ஜே சில குறிப்புகளை போகிற போக்கில் வாசிக்கவியலாது என்பதென் அனுமானம். அதுவரையில் அங்கு வந்து சென்ற பெண்கள் பலரும் பாலகுமாரன், ஜெயகாந்தன், சில நேரங்களில் அரிதாக ஓரிருவர் தி.ஜா. ஆகியோரை வாசித்துப் பார்த்துத்தான் பழக்கம்.

அந்தப் பெண்ணைப் பேரழகி என்றெல்லாம் வர்ணித்துவிட முடியாது. ஆனால் ஒரு முறை பார்த்ததும் திரும்பி ஒரு முறை பார்க்க வைக்கும் லட்சணம் அவளிடம் இருந்தது. லேசான சுருண்ட கேசம். அளவான நாசி. சிரித்தால் ஒரு பக்கம் மட்டும் விழும் கன்னக் குழி. நூல் பிடித்து நட்டாற் போன்ற பல் வரிசை. பாலீஷ் செய்த கோதுமை நிறம். ஒரு நாளில் கிடைத்த சில நிமிடங்களில் என்னால் அவதானிக்க இயன்றது இவ்வளவுதான்.

அப்பெண்ணை அடுத்த முறை பார்த்த போது ஆதவனின் ‘காகித மலர்கள்’ புத்தகத்தை எடுத்துப் பதிந்து கொண்டிருந்தாள்.

அப்போதுதான் அவளது லைப்ரரி கார்டில் அவளது பெயரைப் பார்த்தேன்.

அன்று, அவளது சைக்கிள் எனது சைக்கிளுக்கு அருகில் நிறுத்தப்பட்டிருந்தது. இருபத்தைந்து வருடங்களில் முதன் முறையாக ஒரு பெண்ணுடன் பேச வேண்டும், பழக வேண்டும் என்று பேராவல் வந்தது அவளிடம் மட்டும்தான்.

''என்னங்க நீங்க சு.ரா. ஆதவன் எல்லாம் படிப்பீங்களா?''

''ஏன் நான் அவங்களையெல்லாம் படிக்கக் கூடாதா?'' அவள் தன் லேடி ப்ர்ட் சைக்கிள் ஸ்டாண்டை தன் வலது காலால் மெல்லத்தள்ளி சைக்கிளை லாவகமாக வெளியே எடுத்தாள்.

''ஐய்யோ நான் அப்படிச் சொல்ல வர்லீங்க''

''பின்ன எப்படி?'' சைக்கிளில் ஏறிச் செல்லாமல் மெதுவாக உருட்டிக்கொண்டே வந்தாள். வார்த்தைகளில் சின்னதாய் ஒரு எள்ளல் தெறித்தது.

''நம்ம ஊர்ல அதுவும் நமக்குப் பக்கத்துல யாரோ ஒருத்தர் நமக்குப் பிடிச்ச எழுத்தாளர்களைப் படிக்கிறாங்கன்னா உள்ளுக்குள்ள குட்டியா ஒரு சந்தோஷம் எட்டிப் பாக்கும்ல. அதாங்க இது. அந்த ஆர்வத்துலதான் கேட்டேன்.'' மெயின் ரோட்டுக்கு வந்ததும் யாரேனும் எங்களைக் கவனிக்கிறார்களா என்று அங்கும் இங்கும் நோட்டம் விட்டுக்கொண்டே வந்தேன். அப்படியான எந்தவித தடுமாற்றமோ முன்பின் தெரியாத ஒரு ஆடவனிடம் பேசும் போது எழும் இயல்பான பதற்றமோ எதுவும் அவளிடம் இல்லை. தினம் உடன் செல்லும் வகுப்புத் தோழி ஒருத்தியுடன் பேசும் பாவனையில் என்னுடன் பேசிக் கொண்டே வந்தாள்.

''ஓ சரி.. சரி.. இவங்கள மட்டுமில்ல இன்னும் நிறைய படிப்பேன்'' என்று கூறிச் சிரித்து இரு கண்களையும் ஒரு நொடி, ஒரே ஒரு நொடி ஒருசேர மூடித்திறந்தாள். அப்போது இரண்டு கறுப்பு வெள்ளைப் பட்டாம்பூச்சிகள் அவள் கண்களிலும், பல வண்ண வண்ணப் பட்டாம்பூச்சிகள் என் வயிற்றிலும் பறந்தன.

அதன் பிறகு அவளிடம் பேசுவதற்காகவும் அப்போது பெருமையடித்துக்கொள்ளவும் அதிகமாக வாசிக்க ஆரம்பித்

தேன். முயற்சி பொய்க்கவில்லை. இலக்கியம் பேசிப் பேசியே இருவரும் நண்பர்களானோம்.

எனக்கு இது போன்ற புத்தகங்களையும் சிறு பத்திரிகை களையும் இலக்கிய உலகத்தையும் அறிமுகப்படுத்திய எனது பள்ளிக்கால நண்பன் பாலாவே ஒவ்வொரு முறையும் அவன் வரும் போதெல்லாம் நான் நூலகத்தில் இருப்பதைக் கண்டு ஆச்சர்யப்பட்டுத்தான் போனான்.

ஒரு முறை அவன் வீட்டுக்கு வந்திருந்த போது நான் ஆத்மாநாமின் கவிதைகளை வாசித்துக்கொண்டிருந்தேன். காதில் வந்து மெல்லமாய்க் கேட்டான், ''யாருடா மாமா அந்தப் பொண்ணு?''.

''யாரு? எந்தப் பொண்ணு? நீ எப்போ பாத்த?''

''நான் யாரையும் பாத்தேன்னு சொல்லவேயில்லையே. சும்மாத்தான் கேட்டேன். நீதான் உளறிட்ட. இப்போ சொல்லு''

அவனிடம் இதுவரையில் எதையும் மறைத்ததில்லை. பள்ளியில் படிக்கும் நாட்களில், தினம்தினம் நான் கொண்டு போகும் பழையதுக்குத் தொட்டுக்கொள்ள வெஞ்சனம் கொடுத்த நாளிலிருந்து ஏற்பட்ட நட்பு. ஜே ஜே சில குறிப்பு களிலிருந்து எல்லாவற்றையும் அவனிடம் சொன்னேன். அவனுக்கும் அவளைத் தெரிந்திருந்தது. என்னைப் போலவே அவளைச் சிலமுறை கலை மன்ற நூலகத்திலும் ஒரு முறை சொக்கர் கோவிலிலும் பார்த்திருக்கிறான். அவன்தான் அடிக்கடி என்னிடம் பிடித்திருந்தால் நேராகச் சொல்லிவிடு. காலம் தாழ்த்த வேண்டாம் என்று அறிவுறுத்தியபடி இருந்தான்.

அவள் கண்களிலும் காதலை உணர்ந்த ஒரு நாளில், அவளிடம் என் காதல் கடிதத்தை நீட்டினேன். பெரிய அதிர்ச்சியேதும் காட்டாமல் நிலக்கடலைப் பொட்டலத்தைப் பிரித்து வாசிக்கும் ஒரு சாவதனத்துடன், என்னை நிற்க வைத்துக்கொண்டே வாசிக்கத் தொடங்கினாள்.

கடிதத்தை மடித்து அவள் எடுத்து வந்த புத்தகம் ஒன்றில் சொருகிக்கொண்டாள். பின்னர் என் கண்களைப் பார்த்து, ''உன் கண்கள் ரொம்ப அழகு'' என்று சொல்லிவிட்டு அவளின் லேடி பர்டில் ஏறிப் பறந்தாள்.

எனக்குத்தான் கால்கள் பூமிக்கு வர வாரக்கணக்கானது. அதன்பின் நூலகத்தில் புத்தகங்களைத் தவிர வேறு எல்லாவற்றையும் வாசித்தோம். கருங்குளம், மடவார் வளாகம், அய்யனார் கோவில் பாதை என்று தேடித் தினம் காதல் வளர்த்தோம்.

இதற்கிடையில் அம்மா ஒரு நாள், “டேய் மனோ, நம்ம பாலாவோட அப்பா அம்மா ரெண்டு பேரும் பழனிக்குப் பாத யாத்திர போறாகளாம். சந்தைக்குப் போற வழியிலதான் பாத்தேன். பாலாவ மதியச் சாப்பாட்டுக்கு இங்க வரச்சொல்லு. அவனுக்குப் பிடிச்ச வெந்தயக் கொழம்பும் பருப்பும் செஞ்சு வைக்கிறேன்” என்றாள். நேற்றிரவு பதினோரு மணி வரை பாலாவுடன்தான் சுற்றிக்கொண்டிருந்தேன். பரதேசிப்பயல், பாதயாத்திரை பற்றி ஒரு வார்த்தை சொல்லவில்லை.

புதிதாக வருபவர்களுக்கு அவன் வீட்டைக் கண்டுபிடிப்பது என்பது நிச்சயம் ஒரு குட்டி சாகசப் பயணத்தைப் போல்தான் இருக்கும். அத்தனை சந்துகளைச் சுற்றிச் சுற்றி வர வேண்டும். பொதுவாக அவன் வீட்டைச் சுற்றி, பகல் நேரங்களில்கூட ஆள் நடமாட்டம் அதிகமின்றி, வெறிச்சோடிப் போய் இருக்கும். பெரும்பாலான வீடுகளில் ஆணும் பெண்ணும் சேர்ந்து பஞ்சாலைக்கு வேலைக்குச் சென்றுவிடுவார்கள். சில வீடுகளில் சிறுவர்களும் கூட. காலை ஆறு மணிக்குச் சென்றால், சாயுங்காலம் ஆறேழு மணிக்குத்தான் வீடு திரும்புவார்கள்.

அவன் வீடு வெளியே பூட்டிக் கிடந்தது. ஆனால் வீட்டு வராண்டாவில் அவனது செருப்பு இருந்தது. அதன் அருகே மற்றும் ஒரு ஜோடி பெண் செருப்பும் இருந்தது. தலையை உதறிவிட்டு, கண்களைக் கசக்கியவாறு மீண்டும் பார்த்தேன். நான் அடிக்கடி பார்க்கும் செருப்பு. ஆம், அது சுஜாதாவின் செருப்புதான். மனம் என்னும் கிறுக்கன் அந்த ஒற்றை நிமிடத்தில் ஓராயிரம் முடிச்சுக்களை அவிழ்த்தான்.

இப்போது அவன் வீட்டு காலிங் பெல்லை விடாமல் பைத்தியம் பிடித்தவன் போல் அழுத்தினேன். ஐந்து நிமிடங்களுக்கு எந்தச் சலனமுமில்லை. இருந்தாலும் நான் காலிங் பெல்லை அழுத்துவதை நிறுத்தவேயில்லை. கொஞ்ச நேரத்தில் கைலியும் துண்டுமாக அவனே வந்து வீட்டைத் திறந்தான். அவன் கண்கள் அத்தனை உண்மையையும் சொல்லின. அவனின் உடல்

மொழியில் பதற்றம் தொனித்தது.

“அவளை வெளியே வரச் சொல்லு”

“யார்டா.. அம்மாவும் அப்பாவும் பழனிக்குப் போயிருக் காங்கடா” என்றவாறே ஷூவுக்குள் கிடந்த சாவியை எடுத்து கதவு கிரிலைத் திறந்தான். அவன் கைகள் வழக்கத்திற்கு மாறாக நடுங்கின. வார்த்தைகளிலும் கோர்வையே இல்லை. பேச்சே சற்று குழறியது போலிருந்தது.

“அசிங்கமாயிடும்.. அவள வெளிய வரச் சொல்லு” என்று அவன் முகத்தைப் பார்க்காமல் வாசற்படியிலிருந்தே கத்தினேன்.

நான் கத்தியது கேட்டிருக்க வேண்டும். துப்பட்டாவை இரு கைகளாலும் மாறி மாறி இழுத்துவிட்டுக்கொண்டு தரையைப் வெறித்தபடி அவள் வந்து நின்றாள்.

வெளியில் கிடந்த அந்தச் செருப்பை எடுத்து, இருவரையும் மாறி மாறி என் ஆத்திரம் தீர அடித்தேன். ஆத்திரம் தீரும் முன்னரே அற்பச் செருப்பு அறுந்துவிட்டது. அந்தக் கெட்ட வார்த்தையால் அவளைத் திட்டி, அவள் முகத்தில் காறி உமிழ்ந்துவிட்டு வெளியே நடந்தேன்.

அன்றுதான் அவர்கள் இருவரையும் நான் கடைசியாகப் பார்த்தது.

◉ ◉ ◉

எப்போது வேண்டுமானாலும் மழை பெய்யக் கூடிய நிலையில் இருந்தது வானம். பெய்யெனச் சொன்னவுடன் பெய்வதற்கு வானமுண்டு. ஆனால் சொல்வதற்கு யாருண்டு?

நான் செல்ல வேண்டிய பேருந்து வந்துவிட்டது. ஆனால் எனக்குத்தான் ஏறிப் போக மனமேயில்லை. போய் மட்டும் என்ன சாதிக்கப் போகிறேன். அதுவரையில் அங்கு நின்றுகொண்டிருந்த பேருந்து நடத்துனர்களும் கலைந்து போயினர். பசியில் தலை கனத்துப் பாரமாகியது.

அருகிலிருந்த பெட்டிக்கடையில் இரண்டு பச்சைப்பழங்கள் வாங்கி உண்டேன். அந்தக் கடையையே மூடியவாறு அனைத்து

வார, மாத இதழ்களும் வரிசைகட்டித் தொங்கவிடப் பட்டிருந்தன. அவற்றில் சில மஞ்சள் பத்திரிகைளும் அடக்கம். அதிலிரண்டை வாங்கலாமா என்று யோசித்துக்கொண்டிருந்தேன்.

இதை நான் யோசித்துக்கொண்டிருக்கையில், எனக்கு அந்த ஜிகுஜிகு சேலை கட்டிய பெண் நினைவுக்கு வந்தாள். திரும்பிப் பார்த்தேன். இப்போதும், அவள் அந்தக் கடைக்கு அருகிலிருந்த கம்பத்திற்கு மறுபக்கம்தான் நின்றுகொண்டிருந்தாள். வளைவு நெளிவுகளுடன், சற்றே சதைப்பிடிப்பு கொண்ட திரட்சியான தேக அமைப்பு. இந்த முறை நான் அவளைப் பார்த்ததை, அவள் கவனித்துவிட்டாள்.

அடுத்த முறை எங்கள் கண்கள் சந்தித்துக் கொண்ட போது, அவள் தன் வலது கையால், வைத்திருந்த மல்லிகைப்பூச்சரத்தை மெதுவாக வருடிக் கொண்டே, மிக மெல்லிய புன்னகை ஒன்றை உதிர்த்தாள். அது எனக்கான சமிஞ்ஞை. வாழைப்பழத் தோலைத் தூக்கி எறிந்துவிட்டு அவளருகே சென்றேன்.

"எவ்வளோ?"

அவள் ஒரு போன் நம்பரைக் கொடுத்து அதற்கு அழைக்குமாறு கூறிவிட்டு மெதுவாக அங்கிருந்து நகன்றாள்.

அவள் கொடுத்த நம்பருக்கு அழைத்ததும் அடையாளங்களைக் கேட்டுக்கொண்டு, நான் இருக்கும் இடத்திற்கு ஐந்து நிமிடத்தில் அவனே வருவதாகச் சொன்னான். வரவும் செய்தான். எண்ணெயே காட்டாத முடி. ஒட்டிப் போன முகம். ஒடிசலான தேகம். சின்னப் பையனாகத்தான் இருந்தான். இருபதுக்கு மேல வயதை மதிப்பிட முடியாது.

"ஆயிர ரூபா சார். ரூம், போய்வர ஆட்டோ எல்லாம் எங்க பொறுப்பு. உனக்கு ஓ.கே.வா?"

"சரி" தீர்மானமாக இருந்தேன்.

பேருந்து நிலையத்துக்கு வெளியே நிற்பதாக, ஒரு ஆட்டோ நம்பரைச் சொல்லி, அதில் அவள் காத்திருப்பதாகவும் அங்கே சென்று ஆட்டோவில் ஏறிக்கொள்ளும்மாறு கூறினான். இதையெல்லாம் கூறுவதற்கு முன்பே என்னிடமிருந்து ஆயிரம் ரூபாயை வாங்கிக்கொண்டான்.

அவன் சொன்னபடியே ஆட்டோ அங்கிருந்தது. அவளும் இருந்தாள். எதையும் பேசாமல் நான் ஏறி ஓர் ஓரத்தில் அமர்ந்தேன். அவள் மறு ஓரத்தில் அமர்ந்திருந்தாள். இதயம் ஆனமட்டும் வேகமாக அடித்துக் கொண்டது. ஆட்டோ கிளம்பி, பேருந்து நிலையத்திற்கு வலப்பக்கமாக எங்கோ சென்றது. அதுவரையில் எனக்கு பாதை தெரிந்தது. அதன் பின் சந்து பொந்துகளாக நுழைந்து சென்றது.

பொட்டல் வெளியான ஓர் இடத்தில் ஆட்டோ நின்றது. சுற்றிலும் கட்டடம் ஏதும் தென்படவில்லை. அதிலிருந்து இரு நூறு மீட்டர் தொலைவில் பிரதான சாலை இருந்தது. ஆட்டோவிலிருந்து இறங்கியதும் அந்த டிரைவர், ''ஏ கல்பனா, சீக்கிரம் முடிச்சுட்டு ஒரு கொரல் கொடுப்பா'' என்று சொல்லி சிகரட்டைப் பற்ற வைத்துக்கொண்டே ஆட்டோவை விட்டு வெளியேறிப் பிரதான சாலையைப் பார்த்து நடக்கத் தொடங்கினான்.

எனக்கு ஒரு நிமிடம் ஒன்றும் புரியவில்லை. பின்னர் சுதாரித்து, அவனை நிறுத்தி, ''என்னது இங்கயே வா? என்ன விளையாடுறியா? ஆயிரம் ரூபா வாங்கும் போது ரூமுக்கும் சேத்துன்னு வாங்கிட்டு இப்போ இங்கேயேன்னு சொல்ற''

''சார்.. எனக்கும் அதுக்கும் சம்பந்தம் இல்ல சார். கொடுத்தவய்ண்ட போயி கேளுங்க. எனக்கே இது பயங்கர ரிஸ்க்கு. போலீஸ் எதாவது மடக்குனாய்ங்கனா ஆர்.சி. புக்க புடுங்கி வச்சுட்டு படுத்திடுவாய்ங்க. போங்க சார். இருட்டுல ஒண்ணும் தெரியாது''

எனக்கு உச்சி மண்டையில் சுளீரென்று வலித்தது. ஏமாற்றமும் கோபமும் பொங்கிக் கொண்டு வந்தது. இவனிடமோ இவளிடமோ கோபப்பட்டு ஆவப்போவது ஒன்றுமில்லை. இந்தக் கையாலாகாத நிலை இன்னும் எரிச்சலையே தந்தது. அப்போது வெட்டிய மின்னலில் கண்கள் கூசின.

அவள் என் முதுகுக்கு பின் நின்று, மெல்லிய குரலில் ''கொஞ்சம் அட்ஜஸ்ட் பண்ணிக்கோயா.. மிஞ்சி மிஞ்சிப் போனா பத்து நிமிஷம்.. இதுக்குப் போயி..''. சட்டென்று முதுக்குப்பின் நின்றவளைத் திரும்பி முறைத்தேன். அப்படியே அடங்கி நிசப்தமானாள்.

"ஆட்டோவ எடு. பஸ் ஸ்டாண்ட்டுக்கு விடு"

"யோசிச்சுதான் சொல்றியா?"

"வண்டிய எடுடா" கத்தினேன்.

அவள் பக்கத்தில் உட்கார்ந்திருப்பதே அருவெறுப்பாய் இருந்தது. என்னுடைய இயலாமை இன்னும் படுத்தியது. வெளியில் வேடிக்கை பார்த்துக்கொண்டே அமைதியாக வந்தேன். வேறென்ன செய்ய முடியும் என்னால்? எல்லாவற்றிலும்!

பேருந்து நிலையத்துக்கு வெளியே சற்றுத் தள்ளியே ஆட்டோவை நிறுத்தினான். அதிலிருந்து இறங்க முற்பட்ட என்னை இடைமறித்து அவள், "கோபப்படும் போது கூட உன் கண்ணு ரொம்ப அழகுய்யா" என்றாள்.

"போடித் தேவடியா"

திரும்பிப் பார்க்காமல் நடக்கத் தொடங்கினேன். வானத்தைக் கிழித்துக்கொண்டு மழை கொட்டத் தொடங்கியது. ◉

(மலைகள் 2013)

லிண்டா தாமஸ்

"**சி**த்து உனக்கு நாய்கள் பிடிக்குமா?" – இதுதான் லிண்டா என்று அழைக்கப்படும் லிண்டா தாமஸ் அலுவலகக் காரியம் தாண்டி என்னிடம் கேட்ட முதல் கேள்வி. பேசிய முதல் விஷயம். பெரும் பான்மையான நாட்கள் அவர் வீட்டிலிருந்தே வேலை செய்வார். 17 ஆண்டுகளாகப் பணியாற்றிக் கொண்டிருக்கும் நிறுவனம் அவருக்கு இந்தச் சலுகை கூடத் தராமல் போனால்தான் ஆச்சர்யம். அந்த நிறுவனத்தில் தனது 25-ஆம் வயதில் ஒரு கால் அட்டண்டராக சேர்ந்தவர். படிப்படியாக முன்னேறி, இன்று அவர் தம் 42-ஆம் வயதில் அந்நிறுவனத்தில் ஓர் அசைக்க முடியாத சக்தியாக உருவெடுத்திருந்தார்.

தோள்களைத் தாண்டி முதுகில் படரும் செம்பழுப்பு நிற முடிக்கற்றைகள்; கொஞ்சமே கொஞ்சமாய் ஏறிய நெற்றி; கூரிய நாசி; மேக்கப்பை மீறித் தெரியும் கன்னச் சுருக்கங்கள்; ஆறடி உருவம்; குளிரைத் தாங்கும் மெரூன் நிற ஓவர்கோட். இத்தனையையும் கற்பனை செய்தாகிவிட்டதா? இதுதான் லிண்டா தாமஸ். இப்படித்தான் நான் கற்பனை செய்து வைத்திருக்கிறேன். இதுவரையில் அவரது புகைப்படத்தைக் கூட நான் பார்த்ததில்லை.

எடுத்துக்கொண்ட வேலையைச் செய்து முடிப்பதில் அவர் காட்டும் அக்கறைக்கும் அர்ப்பணிப்புக்கும் முன்னால், நேற்று வேலைக்குச் சேர்ந்த புதியவர்கள் கூடப் பக்கத்தில் நிற்க முடியாது. செய்யும் வேலையை நேசித்து, ரசித்துச் செய்பவர்களுக்கு மட்டுமே இதெல்லாம் சாத்தியம். அவருடன் ஃபோனில் உரையாடும் பொழுதுகளில் பெரும்பாலான சமயங்களில் பின்னால் இருந்து நாய் ஒன்றின் குரைப்புச் சத்தம் கேட்டபடியே இருக்கும். எங்கள் பக்கமிருந்து வரும் சின்னச் சின்ன 'ஹஸ்கி' சத்தங்களைக் கூட சகித்துக்கொள்ள முடியாத லிண்டா, அந்த நாயின் ஹை டெசிபல் குரைப்புகள் பற்றிக் கொஞ்சம் கூட சட்டை செய்ததில்லை.

ஒரு முறை அப்படிக் குரைத்துக்கொண்டிருந்த போது, "பாவம் அவளுக்குப் பசிக்கிறது போலிருக்கிறது. என்னை மன்னித்துக்கொள். ஐந்து நிமிடத்தில் நானே திரும்ப அழைக் கிறேன்" என்று கூறிவிட்டுத் தொடர்பைத் துண்டித்தார். அப்போது அங்கே, 'நாஷ்வில்'லில் காலை 9–மணி. இங்கே, சென்னையில் இரவு 10:30– மணி. எனக்குப் பசியில் கண்களைக் கட்டிக்கொண்டு வந்தது. எழுந்து, காஃபே சென்று எதையாவது கொரித்துவிட்டு வரலாம் என்றால் லிண்டா எப்போது திரும்ப அழைப்பார் என்று சொல்வதற்கில்லை. அவர் அழைத்து நான் இல்லாது போனால் அதன் பின்விளைவுகள் என்னவாக இருக்கும் என்று யூகிக்க முடியாது.

நாங்கள் இங்கே செய்ய வேண்டிய வேலை குறித்து எங்களுக்கு விளக்க வேண்டியது அவரது பொறுப்பு. அவரது நிறுவனத்தில் அவரும் அவரின் கீழ் பணிபுரிபவர்களும் செய்யும் வேலையைச் சுலபமாக்க மென்பொருள் ஒன்றைத் தயார் செய்யும் வேலை என்னுடையது. அவர் தரும் தகவல்களை வைத்தே என் வேலையை என்னால் செய்ய முடியும். அவரிடமிருந்து அவரைத் தொந்தரவு செய்யாமல் தகவல்களைப் பெறவே நான் பணிக்கப் பட்டிருக்கிறேன். அதனால் என் இந்திய இரவுகளை அமெரிக்கப் பகல்கள் தின்றுகொண்டிருந்தன.

அவருடனான எனது முதல் தொலைபேசி அழைப்பை என்னால் மறக்கவே முடியாது. அவர்களது காலை 8 மணிக்கு எங்கள் இருவருக்கிடையேயான கலந்துரையாடல்

முடிவு செய்யப்பட்டிருந்தது. இந்திய நேரப்படி இரவு 9:30 மணி. நான் ஐந்து நிமிடம் முன்னதாகவே அழைப்பில் காத்துக்கொண்டிருந்தேன். மணி 9:40 ஆன போதும் அவர் வரவேயில்லை. பொதுவாக அமெரிக்கர்கள் நேரத்தை மிகச் சரியாகக் கடைபிடிப்பவர்கள். அதில் மாற்றம் இருப்பின் முன்னரே தெளிவாகத் தெரிவித்தும் விடுவார்கள். எனவே, இணைப்பைத் துண்டித்துவிட்டு அவருக்கு நான் காத்திருந்தது குறித்து ஒரு மெயில் அனுப்பலாம் என்று மெயில் பெட்டியைத் திறந்தேன். இன்பாக்சில் முதல் மெயிலாக லிண்டா அனுப்பியது இருந்தது. கொஞ்சம் பெரிய மெயில். முழுக்க முழுக்க என்னைத் திட்டியும், எனது காலம் கடைபிடிக்க இயலாமை குறித்தும் ஒரு பக்கத்திற்கு நீண்டிருந்தது. அந்த மெயில் எனது மேலாளர், அவரது மேலாளர், இன்னபிற பெரிய தலைகள் என அனைத்து முக்கியஸ்தர்களுக்கும் அனுப்பப்பட்டிருந்தது. முதலில் எனக்கு ஒன்றும் விளங்கவில்லை. நண்பர்களிடம் காட்டி விசாரித்த போதுதான் உண்மை புரிந்தது. அதற்கு முந்திய வாரத்திலிருந்து தான் அமெரிக்காவில் ''டே லைட் சேவிங்'' என்னும் பகல் வெளிச்சத்தை மிச்சப்படுத்தும் முறை முடிந்துவிட்டிருந்தது தெரிய வந்தது. அதன்படி நான் லிண்டாவை இரவு 9 மணிக்கே அழைத்து இருந்திருக்க வேண்டும். அவர் எனக்காகக் கால்மணி நேரம் காத்திருந்து பார்த்துவிட்டு நான் வராமல் போகவே அத்தனை கோபத்தையும் உள்ளடக்கி ஒரு மெயிலை அனுப்பி-யிருக்கிறார்.

அந்த மெயிலுக்கு நான் அளித்த விளக்கங்கள் அவரை மேலும் கோபப்படுத்தவே செய்தன. முதல் கோணல் எல்லா இடங்களிலும் இடித்தது. அன்றிலிருந்து கிட்டத்தட்ட ஒரு மாதமாக நாங்கள் தினமும் ஒரு மணி நேரம் பேசுகிறோம். பேசவேண்டிய அலுவல் விஷயத்தைத் தவிர கூடுதலாக ஒரு வார்த்தை கூட அவர் பேசியதில்லை. நான் முன்னால் கூறியபடி ஆச்சர்யமாக அன்று தன் நாய்க்கு உணவிட்டு வந்து ஐந்தே நிமிடங்களில் திரும்ப அழைத்தார். மிகவும் பரிவுடன் ''சித்து உனக்கு நாய்கள் பிடிக்குமா?'' என்று என்னைக் கேட்டார்.

அமெரிக்கர்கள் வளர்ப்புப் பிராணிகளிடம் காட்டும் அன்பு பற்றி நான் அறிவேன். எனவே ''பிடிக்கும்'' என்ற ஒரு வார்த்தை அவரிடம் என்னைப் பற்றிய பிம்பத்தை மாற்ற உதவும்

என்பதையும் நான் அறிவேன். இருந்தாலும் நான் சொன்னேன் “இல்லை லிண்டா. எனக்கு நாய்கள் என்றால் எனக்குப் பயம்”. அவரிடமிருந்து ஓர் ஆச்சரியப் பெருமூச்சு வெளி வந்தது.

“உங்களுக்கு எப்படி நாய்களைப் பிடிக்காமல் போகிறது என்பதை என்னால் புரிந்து கொள்ளவே முடியவில்லை” இதில் ‘உங்களுக்கு’ என்பதை ‘உன்னைப் போன்றவர்களுக்கு’ என்ற தொனியிலேயே அர்த்தப்படுத்தினார்.

சக மனிதனையே பிடிக்காத இவ்வாழ்வில் அது ஒன்றுதான் குறை என்று மனதில் நினைத்துக் கொண்டாலும், “அறுதியிட்டுக் கூற வேண்டிய காரணம் ஒன்றுமில்லை. ஆனால், அது அப்படித் தான்” என்றேன்.

இதற்கு முகத்தில் அடித்தாற் போன்ற பதிலை எதிர்பார்த்தேன். ஏமாற்றமாக, அவரிடமிருந்து கனிவுடனே வார்த்தைகள் வெளிவந்தன. “நாய்களைப் போன்ற உற்ற தோழர்கள் வாழ்வில் கிடைக்க மாட்டார்கள். அவைகளைப் பார்த்துப் பயப்பட என்ன இருக்கிறது? என் அன்பு மகளையும் அன்பற்ற கணவனையும் பிரிந்து வாழும் எனதிந்த 8 வருட வாழ்வில் என் தனிமையை இட்டு நிரப்பியவள் இந்த டெஸ்ஸா. கோல்டன் ரெட்ரீவர் இனத்தைச் சேர்ந்தவள். மிக மிக நட்பானவள். இரண்டு நாட்கள் பழகிப் பார்த்தால் உனக்குக் கூட இவளை மிகவும் பிடித்துவிடும். இப்போது கூட என் கால்களையேச் சுற்றி வந்துகொண்டிருக்கிறாள்”

இதைச் சொல்லும் பொழுது லிண்டாவின் குரலில் ஒரு குழந்தையின் குதூகலம் தொற்றிக்கொண்டது. இவர் இப்படியும் பேசுவாரா என்ற ஆச்சர்யத்தில் எனக்கு வார்த்தைகளே வர வில்லை.

அன்றிலிருந்து லிண்டாவிடம் மிகப் பெரிய மாற்றம். அதன்பின் ‘குட் மார்னிங்’ சொல்லி, நான் என்ன சாப்பிட்டேன் என்று கேட்காமல் அவர் பேச ஆரம்பிப்பதே இல்லை. சில சமயங்களில் என்னிடம் அவர் சமையல் குறிப்பெல்லாம் கூட விசாரித்ததுண்டு. இந்தியன் மசாலாக்கள் அவருக்கு மிகவும் விருப்பம். அவரிடம் பேசியவரையில், அவர் தனியாக டெஸ் ஸாவுடன் வசித்து வருகிறார். அவரின் மகள் கரோலின் கலிபோர்னியாவில் வசிக்கிறார். அவரின் கணவர் குறித்து

அவர் எந்தத் தகவல்களையும் பகிர்ந்ததில்லை. அவர்களாகப் பகிராமல் கேட்டுத் தெரிந்துகொள்வது முறையல்ல. அது அத்தனை முக்கியமுமில்லை. அவர் ஏன் முதலில் அப்படி நடந்து கொண்டார்? அவரிடம் இந்த மாற்றம் ஏற்பட என்ன காரணம் என்பதை எத்தனை யோசித்தும் என்னால் புரிந்துகொள்ள இயலவில்லை. எல்லாவற்றையும் புரிந்து கொள்ள முயற்சிப்பதும்கூட ஒரு வகையான முட்டாள்தனம் தானே.

இப்படியாக மூன்று மாதங்களில் நாங்கள் செய்து முடிக்க வேண்டிய மென்பொருள் கிட்டத்தட்ட தயாராகிவிட்டது. பின்பு, அவரிடம் கேட்டு அறிந்து கொள்வதற்குப் பெரிதாக ஒன்றும் இருக்கவில்லை. தினசரி 1 மணி நேரம் நடந்த கலந்துரையாடல், 5 நிமிடத் தகவல் பரிமாற்ற அழைப்பாக மாறியது. பின்னர் அதுவும் படிப்படியாகக் குறைந்து தினம் என்பதிலிருந்து வாரம் ஒரு முறை என்றாகிவிட்டது. ஆனாலும் அவ்இடைப்பட்ட காலங்களில் எங்கள் இருவருக்கிடையேயான நட்பு பலப்பட்டிருந்தது.

அப்படியான ஒரு நாளில் எங்கள் டீமில் இருந்த அனைவருக்கும் லிண்டாவிடம் இருந்து கீழ்க் கண்டவாறு மெயில் ஒன்று வந்திருந்தது.

அன்பு நண்பர்களே,

இதுதான் இந்த நிறுவன ஐ.டி–யிலிருந்து நான் உங்களுக்கு எழுதும் கடைசி மெயிலாக இருக்கக்கூடும். ஆம், இன்று இங்கு எனக்குக் கடைசி நாள். சிலருக்கு இது முன்பே தெரிந்திருக்கக்கூடும். சிலருக்கு இது அதிர்ச்சியாகவும் இருக் கலாம்.

இந்த வாய்ப்பைப் பயன்படுத்திக்கொண்டு உங்கள் அனை வருக்கும் நன்றி சொல்ல விரும்புகிறேன். உங்களின் வருங்கால வெற்றிகளுக்கு எனது வாழ்த்துகள்.

லிண்டா.

மூன்றே வரிகளில் மிகத் தெளிவாக தான் சொல்ல விரும்பியதைச் சொல்லிவிட்டிருந்தார். எனக்குத்தான் ஒன்றும் விளங்கவில்லை. குறைந்தது பத்து முறையாவது திரும்ப

திரும்ப வாசித்திருப்பேன். எனக்கு அதிர்ச்சியாக இருந்தது. நான்கு நாட்களுக்கு முன்பு பேசும் போது கூட எனது திருமண ஏற்பாடுகள் குறித்து மிகுந்த அக்கறையுடன் விசாரித்த அவர், இதைப் பற்றி ஒரு வார்த்தையும் கூறவில்லை. இது ஒன்றும் திடீரென்று எடுத்த முடிவு போலவும் தெரியவில்லை. முன்பே திட்டமிடப்பட்ட ஒன்று போன்றுதான் தோன்றியது. ஆனால் அவரே அறிவிக்கும் வரையில், இதுபற்றி எந்தத் தகவலோ, சிறு குறிப்போ கூட யாரும் வெளியிடவில்லை. முதல் நாளில் பேசிய அவர் குரலின் கடுமை ஒரு முறை நினைவில் தோன்றி மறைந்தது.

இத்தனை நாட்கள் குரலில்தான் பரிவும் கனிவும் குழைவும் இருந்ததே தவிர, உள்ளத்திலிருந்து வரவில்லை போலும். என்னிடம் ஒரு வார்த்தை கூற வேண்டும் என்று கூடத் தோன்றாத அவரைப் பற்றி நான் மட்டும் ஏன் இவ்வளவு அலட்டிக்கொள்கிறேன். தேவையில்லை.

எத்தனை சமாதானப்படுத்தினாலும், 'அவர் ஏன் திடீரென்று 17 வருடமாக இருந்த நிறுவனத்தை விட்டு வெளியேற வேண்டும். அவருக்கு ஓய்வு பெறும் வயதுமில்லை. பின் ஏன்? அவரின் மகள் நலமாக இருக்கிறார் தானே? அவர் கணவர் இப்போது என்ன செய்து கொண்டிருப்பார்?' இது போன்ற கேள்விகள் என்னில் துருத்திக்கொண்டேயிருந்தன. அவரிடமோ, அவரது நண்பர்களிடமோ கேட்டுத் தெரிந்து கொள்வதும் சாத்தியமில்லை. ஆனால், 'நாஷ்வில்'லில் தங்கியிருக்கும் எங்கள் நிறுவன மேலதிகாரியிடம் கேட்டால் நிச்சயமாக ஏதேனும் பதில் கிடைக்கக்கூடும்.

அதுவாக அமையாத போதும், அப்படியொரு வாய்ப்பை நானே ஏற்படுத்திக்கொண்டேன். அலுவல் சம்பந்தமாகச் சில விசயங்களைப் பற்றி விசாரித்துவிட்டு, மிகவும் இயல்பாக அவரிடம் இந்தக் கேள்வியைக் கேட்டேன். "பிரசாத், ஏன் மிஸஸ் லிண்டா தாமஸ் திடீரென்று அவரது நிறுவனத்திலிருந்து விலகிவிட்டார்?"

"அவர் விலகவில்லை. விலக்கப்பட்டிருக்கிறார்"

இது நான் கொஞ்சமும் எதிர்பார்க்காத பதில் என்ற போதும் அந்த அதிர்ச்சியை என் குரலில் வெளிப்படுத்திக் கொள்ளாத

லாவகத்துடன், "ஏன்.. ஏன் பிரசாத்? அவரை விலக்கும்படி என்ன நேர்ந்தது?"

"உண்மையைச் சொல்லட்டுமா? அவரை நீக்கிவிட்டு, அந்த இடத்தில் தான் நாம்.. இன்னும் சரியாகச் சொன்னால் நீங்கள் அமர்ந்திருக்கிறீர்கள்". ⊙

(மலைகள், ஜூன் 2013)

ஒரு காதல், மூன்று கடிதங்கள்

கடிதம் – 1

அன்பின் ஷிவ்,

நலம். நலமறிய அவா என்றெல்லாம் தொடங்குவதுஅவ்வளவுசிறப்பாகஇருக்காது.அதிகாலையில் உன்னுடன் அவ்வளவு நேரம் பேசிவிட்டு இப்போது கடித இலக்கணம் கருதி 'நலமா' என்று ஆரம்பித்தால் அது நகைப்புக்குரியதாகத்தான் இருக்கும். உன்னைப் போலவோ உனக்குப் பிடித்த வண்ணதாசன் போலவோ கடிதத்தைக் கூடக் கவிதையாய் எழுதும் கலை எனக்கு அவ்வளவாக கைவராது. அது உனக்கும் தெரியும். தமிழைப் பொருத்தமட்டில் என்னுடைய வாசிப்புப் பழக்கமெல்லாம் வார இதழ்களின் வண்ணப் பக்கங்களோடு நின்று போய்விட்டது.

இருக்கட்டும்.

உன் மனதில் ஓடும் கேள்வி எனக்குப் புரிகிறது. இதுவரையில் இல்லாத புதுப் பழக்கமாய் என்னதிது மின்னஞ்சல் போக்குவரத்து? இதுதானே. எல்லா விஷயங்களையும் எதிருள்ளவரின் முகம் பார்த்துப் பேசுவது என்பது அவ்வளவு சுலபமில்லை. அதே போன்றதுதான் தொலைபேசி வழி உரையாடுவதும். அதன் பொருட்டே இந்த மின்னஞ்சல். நான்

சொல்லப் போகும் செய்தியைக் (ஆம் அது உனக்குச் செய்திதான். வெறும் தகவல்தான்) கேட்டுவிட்டு நீ அடையும் அதிர்ச்சியைத் தழைவிக்கும் பொறுமையையோ, அதன் பின் நீ தொடுக்கும் கேள்விகளுக்குப் பதில் சொல்லும் பக்குவத்தையோ உன் கடவுள் இன்னும் எனக்கு அருளவில்லை.

உனக்கு நினைவிருக்குமானால், நான் 'டென்வர்' வந்த மூன்றாம் நாளில், இங்கே இருக்கும் அலுவலக நண்பர்களைப் பற்றிக் கூறும் போது ஜாக் என்னும் ஜாகஸ் மெரில் என்ற என் நண்பனைப் பற்றிக் கூறியிருப்பேன். ஆறடி உயரத்தில், எப்போதும் சிரிப்புடன். அலுவல் நிமித்தமாக அயல்தேசம் வந்த எனக்கு அந்த நாளிலிருந்து, இன்று வரை மதிப்பும் தைரியமும் நம்பிக்கையும் கொடுத்து வந்த ஜாக் சென்ற சனிக்கிழமை-யிலிருந்து என் அறையைப் பகிர்ந்துகொள்கிறான். பதற்றம் வேண்டாம். நாங்கள் இருவரும் வாழ்வையும் பகிர்ந்து கொள்ளலாம் என்று முடிவு செய்திருக்கிறோம்.

திரையில் ஓடும் ஆபாசப் பாடல்களைக் குடும்பத்தோடு கைதட்டிப் பார்த்து ரசித்துவிட்டு, கடையில் ஒரு காண்டம் வாங்குவதற்கு அத்தனை கூச்சப்படும் தமிழ்ப் பண்பாட்டில் திளைத்துப் போன உனக்கு இந்தச் செய்தி அருவருக்கத் தக்கதாகவும் இன்னும் சொல்லப் போனால் ஆபாசமானதாகவும்தான் தோன்றும். அப்படியில்லை என்றால் தான் ஆச்சரியம். இந்நிலையில் எங்களுக்கிடையேயான நேசத்தை விளக்கிச் சொல்லி மட்டும் ஒன்றும் ஆகப் போவதில்லை. புரிந்து கொள்வாய் என்று நம்புகிறேன். இல்லாவிட்டாலும் நஷ்டமில்லை.

நமக்குத் திருமணமான கடந்த 8 மாதங்களில் நான் உன்னை வேண்டி கேட்டுக்கொள்வதெல்லாம் ஒன்றே ஒன்றுதான். விவகாரத்து. மேலும், இந்த மின்னஞ்சல் பார்த்தவுடன் அலைபேசியில் என்னை அழைத்து அழவேண்டாம். ஆரப் பாட்டம் ஏதும் வேண்டாம். எந்தவித அல்ப ஜாலங்களும் வேண்டவே வேண்டாம். முக்கியமாக உன் அப்பா அம்மா விடமோ, என் அப்பா அம்மாவிடமோ இதுபற்றி இப்போதைக்கு எதுவும் கூற வேண்டாம்.

இப்போதைக்கு நீ செய்ய வேண்டியதெல்லாம் இதற்குப் பதில் எழுதுவது மட்டுமே.

நீங்கா அன்புடன்,

சுச்சி.

* * *

கடிதம் – 2

சுச்சி,

இதோடு பதின்னெட்டாவது முறையாக நீ அனுப்பிய மின்னஞ்சலை வாசித்துவிட்டேன். பரவாயில்லை. கவிதை வராவிட்டாலும் கடிதம் உனக்குக் கட்டுக் குழையாமலே வந்திருக்கிறது. நன்றாக யோசிக்காமல் நீ இந்த முடிவு எடுத்திருக்க வாய்ப்பில்லை என்றே அறிகிறேன். இதன் பின் விளைவுகள் எத்தனை பேர் வாழ்வில் பிரதிபலிக்கக்கூடும் என்பதையும் நீ அறிவாய் என்றே நம்புகிறேன். குறிப்பாக உன் தங்கை மேனகா.

நம் முதலிரவில், நமக்குள் பரஸ்பர புரிதல் வேண்டும் என்று கூறி நீ தள்ளிப் படுத்தபோதுதான் உன் மீதான என் ப்ரியம் பேருருவம் எடுத்தது. ஆனால் அதன் அர்த்தம் இப்போதுதான் புரிகிறது. அப்போது என் மனதில் நீ நின்றிருந்த உயரமே வேறு. அதற்கான அருகதை உனக்கு அணு அளவும் இல்லை என்பதை இப்போதுதான் புரிந்துகொண்டேன். தாமதம் தான்.

அதன்பின் திருமணமாகி அடுத்த ஐந்தே மாதங்களில் அலுவல் நிமித்தம் அமெரிக்கா செல்ல வேண்டும் என்று நீ கூறிய போது கூட, அது நம் இருவரின் எதிர்கால நலம் போற்றும் நோக்கம் என்பதாகவே புரிந்துகொண்டேன். இப்படி என்னைவிட்டு நீ ஒதுங்கியிருந்த வேளைகளில் எல்லாம் நானாக ஏதேதோ அர்த்தப்படுத்திக்கொண்டேன். ச்ச எத்தனை முட்டாளாய் இருந்திருக்கிறேன்? என் மீதுதான் எனக்கு வெட்கமாக இருக்கிறது.

அதிகமில்லை. ஒரே ஒரு கேள்விதான். இன்று இதைச் சொல்லும் நீ, ஏன் நாம் முதன்முதலில் சந்தித்த உனக்கு

மிகப்பிடித்த அந்த "ரெயின் ஃபாரெஸ்ட்" ரெஸ்டராண்ட்டிலேயே சொல்லியிருக்கக் கூடாது?. போகட்டும்.

பண்டம் மாற்றுவது போல உடல் பிண்டம் மாற்றிக்கொள்ளும் நாகரிகத்தின் உச்சம் தொட்ட நாட்டில் இருக்கும் உனக்கு நம் நாட்டுக் கலாச்சாரம் ஆச்சரியப்படுத்துவது ஒன்றும் ஆச்சரிய மில்லை. கட்டிய மனைவியைக் கண்போல போற்றும் அப்பா விற்குப் பிறந்த நீ இத்தனை சுலபமாக அமெரிக்கக் கலாச்சாரம் பேசுவதுதான் உண்மையில் ஆச்சரியம். அதுவும் ஐந்தே மாதத் தில். இருந்தாலும் இது உன் சுதந்திரம். இதில் நான் தலையிட விரும்பவில்லை.

மேலும் உங்களுக்கிடையேயான அந்த உறவின் உன்னதத்தைக் கேட்டு அறிந்து கொள்வதற்கு இங்கு யாரும் வரிசையில் நிற்க வில்லை.

இதை நான் யாரிடமும் சொல்லப் போவதில்லை. வெட்கக் கேடு. நீயும் ஜாக் பற்றிக் கூறாமல் இருப்பதே அனைவருக்கும் நலம். நம்மிடையே புரிதல் சுகமில்லை என்பதையே விவாகரத் திற்குக் காரணமாகக் கூறிக்கொள்ளலாம். எனக்கு ஆட்சேபணை யில்லை. அதே நேரத்தில் அழுது ஆர்ப்பாட்டம் செய்து, அன்பைப் பிச்சையாகக் கோரும் நிலைக்கு நான் இன்னும் தள்ளப்படவில்லை. அப்படியொரு நிலைமை வந்தால் கூட உன் முன் வந்து நிற்கும் நிலைக்கு என் கடவுள் என்றும் விடமாட்டார்.

அடுத்து நீ இங்கே வரும் போது உனக்கான விவாகரத்துப் பத்திரம் தயாராக இருக்கும். அது இதுவரையிலான நம் நட்பிற்கு என்னாலான சிறு காணிக்கை.

என்றும் நட்புடன்,

ஷிவ்.

○ ○ ○

கடிதம் – 3

அன்பின் ஷிவ்,

மின்னஞ்சல் பார்த்தேன். மிக்க மகிழ்ச்சி. எத்தனை கூர்மை யான வார்த்தைகள்? என்னைப்பற்றி எந்த அக்கறையும் கொள் ளாத எவரைப் பற்றியும் எனக்கும் அக்கறையில்லை. என்னை

நீயாவது புரிந்து கொள்வாய் என்று நினைத்தேன். பரவாயில்லை.

முன்பே சொல்லியிருக்க வேண்டும். தவறு என்னுடையதுதான். மன்னித்துக்கொள். மாற்றிக்கொள்ள முடியும் என்று நினைத்தது என் முட்டாள்தனம்.

தமிழையும் தமிழ் நாட்டையும் ஏதும் சொல்லிவிட்டால் உன்னில் வெளிப்படும் அந்த உக்கிரம் எனக்குப் பிடித்திருக்கிறது. யாரைப்பற்றி யார் என்ன கூறினாலும் நான் என்னவோ அவ்வளவு பெரிதாக அலட்டிக் கொள்வதில்லை. அப்படியே பழகி விட்டேன்.

ஜாக் உதவியால் இங்கேயே பணி நிரந்தரம் செய்துகொள்ளலாம் என்றிருக்கிறேன். இப்போதைக்கு இந்தியா வரும் எண்ண மேதுமில்லை. வேற்றுக் கிரகவாசி போல என்னைக் கொத்தித் தின்னும் சர்ப்பமொத்த கண்களையுடைய யாரையும் சந்திக்க விருப்பமில்லை. என் அப்பா அம்மா உட்பட.

இங்கு கிடைக்கும் சுதந்திரம் எனக்கு மிகவும் பிடித்திருக்கிறது. இந்த நாடு என்னை "நானாகவே" ஏற்றுக் கொள்கிறது. இங்கு எந்தவித முகமூடியும் தேவையில்லை. ஏற்றுக்கொள்ளாவிட்டாலும் பரவாயில்லை அங்கே போல் எகத்தாளம் செய்யாமலாவது இருக்கிறது. அதற்காக இந்த நாட்டிற்கும் எனதருமை ஜாக்கிற்கும் கடமைப்பட்டிருக்கிறேன்.

பிச்சை என்பதெல்லாம் பெரிய வார்த்தை. உனக்கு விருப்பமிருந்தால் எப்போதும் நம் நட்பைத் தொடரலாம்.

நீங்கா அன்புடன்,

சுச்சி.

◉ ◉ ◉

பின் குறிப்பு : இந்த மின்னஞ்சல் போக்குவரத்து நடைபெற்று ஆறு மாதங்கள் கழித்து, இந்தியத் திருமணச் சட்டம் 1976, செக்ஷன் 13 பி–யின் படி, சுச்சி என்ற சுசீந்திரனுக்கும், ஷிவ் என்ற ஷிவ் தர்ஷினிக்கும் பரஸ்பர ஒப்புதலின் பேரில் விவாகரத்து வழங்கப்பட்டது. ◉

(குங்குமம் 2013)

வழிப்போக்கன்

துளித்துளியாய் வியர்வை கோர்த்து, நெற்றிப் பாறையில் ஒரு குட்டி அருவியாய் ஓடி என் காது பள்ளத்தில் பாய திடுக்கிட்டு எழுந்தேன். தலைக்குப் பின்புறம் இரைச்சலுடன் ஓடிக்கொண் டிருந்த ஏர் கூலர், மின்சாரம் தடைபட்டு நின்றிருக் கிறது. காரை பெயர்ந்து விழுந்துவிடும் நிலை யிலிருந்த விட்டத்தைச் சில நிமிடங்கள் வெறித்துக் கொண்டிருந்தேன். வியர்வையில் நனைந்தபடிப் பக்கத்தில் சோனி அயர்ந்துதூங்கிக்கொண்டிருந்தான். இன்றோடு இந்த நொய்டாவுக்கு வந்து ஆறு நாட்களாகிவிட்டன. நான் புதிதாய்ச் சேர்ந்திருக்கும் கட்டுமான நிறுவனம் நொய்டாவைத் தலைமை யிடமாகக்கொண்டது. அதனால் பயிற்சிக்காகச் சென்னையிலிருந்து நொய்டாவிற்கு நான் மற்றும் என் கல்லூரி நண்பர்கள் அறுவர் உட்பட மொத்தம் 56 பேர் அழைக்கப்பட்டிருந்தோம். பயிற்சி முடிந்து, அனைவருக்கும் சென்னைக்கு பணியாணை கொடுக் கப்பட்டிருந்தது. என்னையும் சோனியையும் தவிர.

என் நண்பர் குழுமத்தில் நான் மட்டும் தனித்து விடப்பட்டிருந்தேன். ஊர் புதிது. மொழி புதிது. தண்ணீர், தட்ப வெட்பம் என எல்லாம் புதிதெனக்கு.

இன்று வரை நொய்டாவைப் பற்றி அறிந்து வைத்திருந்தவை எல்லாமே பெரும்பாலும் அச்சமூட்டுபவையாகவே இருந்தன. காயலான் கடையிலிருந்து எழுந்து புறப்பட்ட நிலையில் இருந்த பேருந்துகளும் மனிதனை வைத்து மனிதன் இழுக்கும் கைவண்டி ரிக்ஷாக்களும், "மெக் டி" உணவக வாயில்களில் கொக்கோ-கோலாக்களை பிச்சை கோரும் தெருவோரச் சிறு பிள்ளைகளும் எனக்கு இருபது வருடம் பின்னோக்கிச் சென்ற தோற்றத்தினைக் கொடுத்தது.

நாங்கள் விடுதியெடுத்து தங்கியிருக்கும் 'ஹாசியாபாத்' எப்போதும் ஒரு பதற்றத்துடனே இருப்பதாக எனக்குப்படும். அதிலும் மார்க்கெட் பகுதிகளில் தொங்கவிடப்பட்டிருக்கும் குண்டு பல்புகள் என்னுள் இருந்த அச்சத்தை அதிகப்படுத்தின. தற்செயலோ என்னவோ நாங்கள் இங்கு வந்த இரண்டாவது நாள், இரவு பதினோரு மணியிருக்கும். உயிர்க்காயம் பட்ட காட்டுப்பன்றியின் சத்தம் போல் கூக்குரல் கேட்டது. எட்டிப் பார்த்தால், ஒரு கிழவனை ஏழெட்டுப் பேர் கண்மூடித்தனமாக அடித்துக்கொண்டிருந்தனர். அவர் அடிப்பவர்களின் கால்களைப் பிடித்துக் கெஞ்சிக்கொண்டிருந்தார். நாங்கள் சட்டென்று அறையையடைந்து, கதவைச் சாத்திக்கொண்டோம். நான் உறங்கிப் போகும் வரையில் அக்கிழவனின் அழுகையும் கதறலும் கேட்டுக்கொண்டே இருந்தது.

என்னைப் போன்றே தனித்துவிடப்பட்ட இன்னொரு ஜீவன்தான் இந்த சோனி. சோனி தாமஸ் இவனது முழுப் பெயர். சற்றே ஏறிய முன்னெற்றி. சுருள் முடி. வெண்மஞ்சள் நிறம். பாசிமணியில் கோர்த்த சிலுவை. கடவுளின் சொந்தத் தேசத்துக்காரன். தனியன்களான இருவரும் இணைந்து கொண்டோம். இன்று இருவரும் தங்குவதற்கு ஒரு வீடு வாடகைக்குப் பார்ப்பதாக முடிவு செய்திருந்தோம். என்னைப் போலவே அவனுக்கும் இந்தி தெரியாது. ஏதோ தத்தி தத்திப் பேசுவான். பொள்ளாச்சி என்றால் புள்ளத்தாச்சி என்பதாகப் புரிந்து கொள்வான். தமிழ் தெரியாமல் அவனும் மலையாளம் புரியாமல் நானும் பேசிக்கொள்வதே ஒரு நாடகம் போலிருக்கும்.

இடைப்பட்ட நேரத்தில் தடைபட்ட மின்சாரம் வர, சோனியும் விழித்துக்கொண்டான். விறுவிறுவென்று தயாராகி

வீடு பார்க்கக் கிளம்பினோம். சுள்ளென்ற பசியடக்க டீ குடித்தோம். அதிலிருந்த இஞ்சி, பசியை இன்னுமே கிளறி விட்டது. வெயில் வேறு பத்து மணிக்கே பதம் பார்த்தது. வீடு பார்க்கக் கிளம்பிவிட்டோமே தவிர, எங்கு ஆரம்பிப்பது என்று ஒன்றும் புரியவில்லை. நாங்கள் முடிவு செய்து வைத்திருந்த ஒரே விஷயம் செக்டர்–3க்கு (நம்மூரில் தெரு போல அங்கு செக்டர் செக்டர்களாக ஊரைப் பிரித்திருப்பார்கள்) அருகே வீடு பார்க்க வேண்டும் என்பதே. அங்கிருந்து அலுவலகம் பக்கம். அலைச்சல் குறைவு. ஆனால் இந்தி தெரியாமல் என்ன செய்வது என்று ஒன்றும் புலப்படவில்லை. அந்தக் காயலான் கடை பஸ்ஸிற்கே காத்திருக்க வேண்டியிருந்தது.

ஆட்டோவில் செல்வதற்கும் தயக்கம். ஆட்டோ ஓட்டும் எவர் மீதும் எனக்கு அப்படி ஒரு அபிப்பிராயம் இல்லை. எனக்கு ஏற்பட்டிருந்த அனுபவங்கள் அவ்விதம். ஒருவழியாக பஸ் பிடித்து, செக்டர்–3க்கு வந்து இறங்கினோம். பசி அடிவயிற்றைப் பிசைய, அருகில் மாம்பழ ஜூஸ் குடித்தோம். பத்து ரூபாய்க்கு ஒரு கிளாஸ் நிறைய மேலே உலர்திராட்சை, முந்திரி தூவிக் கொடுத்தான். அங்கே ஏதோ இரு கண்கள் எங்களை நோட்டமிடுவதாய் தோன்றியது.

ஜூஸ் கடைக்காரனிடமே ஒரு வழியாகத் தட்டுத்தடுமாறி இந்தியில் வீட்டு புரோக்கர் பற்றிக் கேட்டோம். அவன் சொன்ன வழியில் சென்றோம். ‘‘சாய் ரிடைலர்ஸ்’’ என்ற போர்டு தொங்கிய கடைக்குள் நுழைந்தோம். அங்கே நல்ல கனத்த உருவத்தில், வழுக்கைத் தலையுடன் 50 வயது மதிக்கத் தக்க ஒருவர் உட்கார்ந்திருந்தார். பத்து விரல்களிலும் மோதிரம் அணிந்திருந்தார். அடித்த வெயிலுக்குக் குளிரூட்டப்பட்ட அறை இதமாக இருந்தது. நல்ல வேளை அவருக்கு ஆங்கிலம் தெரிந்திருந்தது.

எங்களின் தேவைகளைக் கேட்டுக்கொண்டுவிட்டு அவர் வசமிருக்கும் சில வீடுகள் பற்றி சொல்லத் தொடங்கினார். எட்டாயிரத்துக்கு குறைந்து எந்த வீடும் இங்கு சாத்தியமில்லை என்றார். அதுவும் எங்களைப் போன்ற தென்னாட்டாருக்கு வீடு தரத் தயங்குவார்கள். மேலும் மூன்று மாத வாடகை அட்வான்சாகத் தர வேண்டும். எல்லாவற்றிக்கும் மேலாக ஒரு

மாத வாடகை புரோக்கர் கமிஷனாகத் தர வேண்டும் என்றார். எனக்குத் தெரிந்த கணிதப்படி பார்த்தாலே, இதற்கு குறைந்த பட்சம் 40 ஆயிரம் தேவைப்பட்டது.

நொய்டா வரும் போது, சித்தப்பாவிடம் பத்தாயிரம் மட்டுமே கடன் வாங்கி வந்த எனக்கோ அல்லது அரசுக் கல்லூரி பியூனின் மகனான சோனிக்கோ அது சரிப்பட்டு வரும் என்று தோன்றவில்லை. எங்களுக்கு மொழி தெரியாது என்பதை நன்றாகப் பயன்படுத்திக்கொண்டார் என்றே எங்களுக்குத் தோன்றியது. நானும் சோனியும் ஒருவரை ஒருவர் பார்த்துக்கொண்டோம். நாங்கள் கொஞ்சம் யோசித்துவிட்டுச் சொல்கிறோம் என்று அவர் நம்பரை வாங்கிக்கொண்டு வெளியேறிய போது ஏதோ இந்தியில் கூறினார். அதன் பொருள் "இதற்குக் குறைவாக நீங்கள் இங்கே குடியேறிவிட முடியாது" என்பதாகத்தான் இருந்திருக்க வேண்டும்.

வெயில் வேறு எங்களை வாட்டி வதக்கியது. மீண்டும் அந்த ஜூஸ் கடைக்காரனிடமே வேறு ஏதாவது விசாரிக்கலாம் என்று சென்றோம். அங்கே அவன் மும்முரமாக வாடிக்கையாளர்களைக் கவனித்துக்கொண்டிருந்தான். அவன் முடிக்கட்டும் என்று காத்துக் கொண்டிருந்தோம். அப்போது எங்களுக்குப் பக்கத்தில் ஒருவன் வந்தான். பரட்டைத் தலை. காவியேறிய பற்கள். அழுக்கு அப்பிய உடை.

"ஊருக்குப் புதுசா? மதராசி?" (தென்னிந்தியர்கள் எல்லோருமே அவர்களுக்கு மதராசி)

ஆமாம். சென்னை என்றேன். சோனி கோட்டயம் என்றான்.

இரண்டும் தெரிந்த ஊர்கள்தாம் என்பது போலத் தலையாட்டிக்கொண்டான்.

"வீடு பார்த்து அலைகிறீர்களா? நான் உதவிக்கு வரட்டுமா?" என்றான். சோனிக்குத் தெரிந்த அரைகுறை இந்தியை வைத்து அவன் கூறியதை இப்படித்தான் அர்த்தப் படுத்திக்கொண்டோம். அவனது நடை உடை பாவனை எதுவுமே நம்பிக்கையளிப்பதாய் இல்லை. இருந்தாலும் எங்களுக்கும் வேறு வழியில்லை. எங்களை என்ன கடத்தி கொன்று விடவா போகிறான். சரி என்று ஒப்புக்கொண்டோம்.

எங்களை ஒரு நிமிடம் அங்கே நிற்க வைத்துவிட்டு, பக்கத்தில் பான் கடையில் பீடா ஒன்றை வாங்கி வாயில் திணித்துக் கொண்டான். சைகையால் எங்களை அவன் பின்னால் வருமாறு அழைத்தான்.

நாங்கள் அவன் பின்னால் நடக்கத் தொடங்கினோம். எத்தனை பேர்? எவ்வளவு வாடகையில் எதிர் பார்க்கிறோம் என்பதையெல்லாம் சைகையிலும் நாங்கள் பேசிய பட்லர் ஹிந்தியிலும் கேட்டுத் தெரிந்துகொண்டான்.

முதலில் ஒரு வீட்டைக் காட்டினான். அங்கு 'டு லெட்' போர்டு எதுவும் தொங்கவில்லை. ஆனால், மாடி ஒன்று காலியாக இருந்தது. போர்டு கூட இல்லாமல் இவனுக்கு எப்படித் தெரியும். ஒரு வேளை இவனும் ஒரு வகையில் வீட்டு புரோக்கராக இருப்பானோ என்று தோன்றியது. வீட்டைப் பார்த்துப் பிடித்த பின்புதான் வேலையைக் காட்டுவானாயிருக்கும். அவன் எங்க ளுக்காக வீட்டு ஓனரிடம் பரிந்து பேசிக்கொண்டிருந்தான். நடுவே "பேச்சிலர்" என்ற வார்த்தை கேட்டது. நாங்கள் புரிந்து கொண்டோம்.

அடுத்தடுத்து இரண்டு வீடுகளிலும் இதே வார்த்தை. இடையில் எங்களிடம் அந்த வீட்டுக்காரர்களை ஏதோ காரமாகத் திட்டினான் போலிருந்தது. மணி இரண்டாகி விட்டிருந்தது. வெயிலில் சுற்றியதற்கும் அதற்கும் பசி வயிற்றைக் கடித்தது. காலையில் வேறு நாங்கள் சாப்பிட்டிருக்கவில்லை.

அவனுக்கும் பசித்திருக்க வேண்டும். அங்கிருந்த அந்த ஒரு வாரத்தில் கானா, பானி போன்ற அடிப்படை வார்த்தைகள் எனக்கும் புரிய ஆரம்பித்திருந்தது.

அவனே அருகிலிருந்த மெஸ் ஒன்றுக்குச் சாப்பிடக் கூட்டிப் போனான். எங்களைப் பார்த்து "உங்களுக்கு சாவல் (அரிசிச் சோறு) கிடைக்கும்" என்றான். எப்போதும் எதையாவது பேசிக் கொண்டிருந்தான். எங்களுக்குப் புரிந்ததா புரியவில்லையா என்பதைப் பற்றியெல்லாம் அவன் கவலைப்படவில்லை. சாப்பிடும் போது கூட ஏதோ பேசிக்கொண்டே இருந்தான்.

அவன் பேசிய தொனியிலும் உடல் மொழியிலும் வைத்துப் பார்க்கும் போது, எங்களுக்கு ஏதோ ஆறுதல் கூறுவது போலவும்.

நான் இருக்கிறேன் பயப்பட வேண்டாம் என்பது போலவும், பேசுவதாகவே தோன்றியது.

சாப்பிட்டு முடித்துவிட்டு நான் எங்கள் மூவருக்கும் சேர்த்து பில்லை கட்டினேன். அங்கிருந்து மறுபடியும் வீடு பார்க்கும் காண்டத்தைத் தொடர்ந்தோம்.

இரண்டு தெருக்கள் சுற்றியலைந்த போது, ஒரு மைதானத்திற்கு அருகே ஒரு வீட்டில் "டூ லெட்" போட்டிருந்தது. ஆனால் அந்த வீடு ஐந்து பேர் தங்குமளவு பெரியதாக இருந்தது. எதற்கும் இருக்கட்டும் என்று ஓனரின் தொடர்பு எண்ணை மட்டும் வாங்கிக்கொண்டு வந்துவிட்டோம்.

வெயில் கொஞ்சம் தாழ ஆரம்பித்திருந்தது. அதே நேரத்தில் எங்கள் கால்கள் நோக ஆரம்பித்திருந்தன. அவன் முகத்தில் அந்தச் சோர்வு கொஞ்சம் கூடத் தெரியவில்லை. தினமும் இப்படிச் சுற்றித் திரிபவனுக்கு எப்படித் தெரியும்?

ஒரு வழியாக வீட்டை நாங்கள் கண்டடையும் போது மேலும் இரண்டு தெருக்கள் சுற்றியிருந்திருப்போம். அந்த வீடு ஒரு பொது நூலகத்திற்கு வெகு அருகில் அமைந்திருந்தது. எதிரே ஒரு பார்க் இருந்தது. அந்த அமைப்பே எனக்கு மிகவும் பிடித்திருந்தது. இந்த வீடு கிடைத்து விட்டால் நன்றாக இருக்கும் என்று தோன்றியது.

வீட்டிற்கு வெளியே "வத்வா, இ–369" என்று கருங்கல்லில் பொறிக்கப்பட்டிருந்தது. வீட்டினுள் ஒரு மாருதி 500 நின்று கொண்டிருந்தது. அதில் "ப்ரஸ்" என்று எழுதியிருந்தது. ஏதோ பத்திரிகையில் வேளை செய்பவர் போலும். காலிங் பெல்லை அழுத்த வயதான பெரியவர் ஒருவர் இறங்கி வந்தார். மைதா நிறத்தில் இருந்தார். கேசம் கலைந்திருந்தது. முதலில் இவனே போய்ப் பேசினான். எங்களைக் கைகாட்டி ஏதோ பேசினான்.

பின்பு அந்தப் பெரியவர் எங்களிடம் வந்து தன்னை அறிமுகப்படுத்திக்கொண்டார். அத்தனை சுத்தமான ஆங்கிலத்தை நான் அதுவரை கேட்டதில்லை. தான் தான் வத்வா என்றும், இந்தியன் எக்ஸ்பிரசில் எடிட்டராக இருந்து ஓய்வு பெற்றவர் என்றும் அறிமுகப்படுத்திக்கொண்டார். பின்பு வீட்டைச் சுற்றிக் காண்பித்தார். வீடு சுத்தமாக, காற்றோட்டத்துடன் இருந்தது.

எங்களிருவருக்கும் பிடித்திருந்தது. அவன் இப்போதும் எங்கள் அருகே எங்களை சமாளிக்கும் தொனியில் ஏதோ பேசிக் கொண்டே வந்தான். அவன் கொஞ்சம் வாயை மூடினால் நன்றாக இருக்கும் என்று எனக்குத் தோன்றியது.

வீட்டு வாடகை, அட்வான்ஸ் என எல்லாம் எங்களுக்கு அடக்கமாக வந்தது. அவன் அவரிடம் ஏதோ ஹிந்தியில் பேசிக்கொண்டிருந்தான். நானும் சோனியும், பக்கத்திலிருக்கும் கடைகள், பார்க், நூலகம் பற்றிப் பேசிக்கொண்டிருந்தோம். மணி ஆறைத் தொட்டிருந்தது. பதினோரு மணிக்குத் தொடங்கி ஒரு வழியாக ஆறு மணிக்கு முடிந்தது எங்கள் வீடு தேடும் படலம். அப்போதே நாங்கள் ஆயிரம் ரூபாய் முன் பணம் கொடுத்து புக் செய்துகொண்டோம்.

நாங்கள் வத்வாவிடமே சென்று மெதுவாக ஆங்கிலத்தில், அவனுக்கு நாங்கள் எவ்வளவு தர வேண்டும் என்று கேட்டோம். அவரும் அவனிடம் ஹிந்தியில் வினவினார். அவன் சட்டென்று சிரித்துவிட்டு, அவரிடம் ஏதோ சொன்னான். பின்பு எங்கள் இருவரின் கைகளையும் பற்றிக் குலுக்கிவிட்டுக் கிளம்பிவிட்டான்.

அவன் என்ன சொன்னான் என்று அவரிடம் கேட்டோம். "இந்தப் பிள்ளைகளைப் பார்த்தால் ஊருக்குப் புதிது போலிருந்தது. பார்ப்பதற்குப் பாவமாக இருந்தது. ஏதோ நம்மாள முடிஞ்சது. எல்லாத்துக்கும் காசுதானா?" – இதுதான் அவன் கூறியதாக அவர் எங்களிடம் ஆங்கிலத்தில் கூறியது.

வெயில் முற்றிலுமாக மறைந்து வானம் செம்பூத்திருந்தது. காற்றில் குளுமையேறியிருந்தது.

பெயரைக் கூட சொல்லாத அவன், தனியே கைகளைக் காற்றில் அசைத்தபடி சென்றுகொண்டிருந்தான். அவன் ஏதோ பேசிக்கொண்டே செல்வது போல் தோன்றியது.

அதுமட்டும் புரிந்துவிடவா போகிறது? ⊙

(மலைகள் 2012)

நிழல் தேடும் ஆண்மை

ஊற்றைச் சடலமடி உப்பிருந்த பாண்டமடி
மாற்றிப் பிறக்க மருந்தெனக்குக் கிட்டுதில்லை
மாற்றிப் பிறக்க மருந்தெனக்குக் கிட்டுமென்றால்
ஊற்றைச் சடலம் விட்டேஎன் கண்ணம்மா !
உன்பாதம் சேரேனோ !

– அழுகுணிச் சித்தர்.

ஒரு கனிந்த பஞ்சவர்ண மாம்பழத்தின் தோலைப் போன்றிருந்தன அதன் உடலிலிருந்த சுருக்கங்கள். இரண்டு குட்டி சிவப்பு நிலாக்களைப் பதியம் வைத்ததைப் போலிருந்தன கண்கள். ஒரு சமயம் ஒரு தலையாகவும் மறு சமயம் ஐந்து தலையுடை யதாகவும் மாறி மாறித் தோற்றமளித்தது அந்தப் பாம்பு. அதன் தலையையும் வாலையும் இணைத்து வட்டமாக் கினால் அதன் ஆரமே குறைந்தது ஐந்தடி இருக்கும். உதிர்ந்திருந்த சருகுகளின் வழியே அது ஊர்ந்து வர உரசி யெழும் சப்தம் உடம்பிலுள்ள ஐம்பது லட்சம் மயிர்க்கால் களையும் நெம்பி எழுப்பியது. அலறி ஓடிய என் முன்னே தன் தலை உயர்த்தி, வாலால் என் கால்பற்றி, உடல்சுற்றி இறுக்கி உச்சந்தலையில் ஓங்கிக் கொத்தவும் “கிர்ர்ர் கிர்ர்ர்” என்ற ஒலி

எழும்பியது. அட்ரினலின் சுரப்பு அதிகமாக அலறியடித்து எழுந்தேன். கனவு கலைந்தாலும் "கிர்ர்ர் கிர்ர்ர்" என்ற சப்தம் மட்டும் நின்றபாடில்லை. ஒரு நிமிடம் என்னை ஆசுவாசப்படுத்திக்கொண்டு கட்டிலுக்கு இடப்பக்கம் இருந்த ஜன்னலைத் திறந்தேன். நேற்று இரவு பெய்த மழையின் குளுமை அந்தக் காலைப் பொழுதில் வீசிய இளந்தென்றலில் தெரிந்தது. மீண்டும் ஒருமுறை அந்த "கிர்ர்ர் கிர்ர்ர்" ஓசை எழவே, இடுப்பைவிட்டுக் கழன்றிருந்த லுங்கியை சரி செய்தவாறே அரைத் தூக்கத்தில் எழுந்து கதவைத் திறந்தேன். கதவிற்கும் நிலைக்குமிருந்த இடைவெளியில் வெயில் மட்டும் கொஞ்சம் உள்ளே நுழைந்தது.

இடது காலை மேலுயர்த்தி, குதிகால் கொண்டு வந்த லுங்கியைக் கைப்பற்றி முன்னே இழுத்துக்கட்டி வெளியே யாராவது இருக்கிறார்களா என்று எட்டிப்பார்த்தேன். இடி யாப்பம் விற்கும் ஒரு பெரியவர் மட்டும் அதனை ஒரு தள்ளு வண்டியில் தள்ளியபடி "இடியா...ப்பம்" என்று இழுத்துக் கூவியபடி சென்றுகொண்டிருந்தார். அவரது நெற்றியில் இருந்த ஒரு பெரிய சிவப்புப் பொட்டு கவனம் கலைத்தது. பக்கத்தில் ஒரு வீட்டில் மீன் வாங்கிக்கொண்டிருந்தனர். எனக்கு மானசா வைக்கும் அயிரை மீன் குழம்பின் ஞாபகம் வந்து பல்தேய்க்காத வாயில் எச்சிலூற்றியது. குவித்துத் துப்பினேன். அவளைப் பற்றிய ஞாபகங்களையும் இதுபோலக் குவித்து உமிழ முடிந்தால் எவ்வளவு நன்றாக இருக்கும்! காலிங் பெல் சத்தம் வருவதும் வந்து பார்த்தால் யாருமின்றி இருப்பதும். இப்படி நிகழ்வது இது முதல் முறையல்ல. ஊரிலிருந்து வந்த இந்த இரண்டு வாரங்களில் கிட்டத்தட்ட நான்கு முறைகளுக்கும் மேல் இதேபோல நடந்துவிட்டது. மானசா போனதிலிருந்து எதுவுமே சரியாக இல்லை. அற்ப ஆயுசு அவளுக்கு மட்டுமல்ல என் நிம்மதிக்கும் மகிழ்ச்சிக்கும் தான். பாதகி.

இந்தக் கனவும் காலிங்பெல்லும் என்னைத் துரத்தி தொந்தரவு செய்தன. ஒருமுறை கல்யாணமாகி இங்கு குடிவந்த புதிதில் காலிங் பெல்லை அழுத்திவிட்டு ஒருபக்கக் கதவின் பின்னே ஒளிந்துகொண்டு பின்புறமாக என்னைக் கட்டியணைத்த அவளது உடலின் வெம்மையை என்னால் அப்போது கூட மீண்டும் உணர முடிந்தது. காற்றில் கலையும் முன்னெற்றி முடி ஒதுக்கும் லாவகமும், அவள் அடிக்கடிக் கட்டும் கரும்பச்சை டெரிகாட்டன்

புடவையும் ஒருமையில் அழைக்கும் தனிமைப் பொழுதுகளும் நுரை ததும்பும் டிகிரி காபியின் மணமும் சலசலக்கும் நதிபோல முணுமுணுக்கும் உதடுகளும் இன்னும் இத்யாதி இத்யாதிகளும் என்னை ஏதேதோ செய்து போயின.

அதன்பின் இந்த காலிங்பெல் விவகாரத்தைப் பற்றி வீட்டு ஓனரிடம் புகார் செய்ய சென்றபோது இது பக்கத்தி லிருக்கும் சிறுவர்களின் வேலையாக இருக்கும் என்றார். பள்ளிக்கூட நெருக்கடியிலும் எத்தனை சிறுவர்களுக்கு இப்படி திங்கட்கிழமை காலைப் பொழுதுகளில் விளையாட நேரம் கிடைக்கும் என்று எனக்குத் தெரியவில்லை.

இதே போன்றதொரு பாம்பு கொத்தும் கனவு இதற்கு முன்பும் ஒருமுறை வந்தது. நடுநிசியில் விழித்து, வியர்த்து, கலைத்துப் போடப்பட்ட சீட்டுக்கட்டு போல் எழுந்த என்னை, மானசா அணைத்து அமைதிப்படுத்தி அவள் இயக்கி உச்சமடையச் செய்த அந்த கலவி இன்னும் ஆயிரமாயிரம் ஜென்மங்களுக்கும் மறக்காது.

இந்தக் கனவைப்பற்றியும் காலிங்பெல்லைப்பற்றியும் யாரிட மாவது பகிர்ந்துகொண்டால் பரவாயில்லை என்று எனக்குத் தோன்றியது. இதற்கு லக்ஷ்மணை விடச் சரியான ஆள் இருக்க முடியாது. பட்டாம்பூச்சியிலிருந்து பென்னி குக் வரை எந்த விசயம் பேசினாலும் அதை எதிர்த்துப் பேசவோ, ஆதரிக்கவோ அவனிடம் எப்போதும் ஏதாவது ஒன்று இருக்கும்.

மறுநாள் மதியப் பொழுதில் உணவிற்குப் பின்னான சிறுநடையின் போது இதைச் சொன்னேன். கனவில் பாம்பு வருவதென்பது சைக்காலஜிப்படிப் பார்த்தால் அடங்க மறுக்கும் காம உணர்வின் வெளிப்பாடாகவோ அல்லது மனதைப் படுத்தியெடுக்கும் ஏதோ ஒரு சம்பவத்தின் தொடர்ச்சியாகவோ இருக்கலாம் என்றான். மேலும் கனவு சாஸ்திரங்களிலும் பாம்பு துரத்துவதும், கொத்துவதும், எதிர்பாராத விபத்து, துரோகம், வியாபாரத் தோல்வி போன்ற கெட்ட பலன்களையே தருமென்று குறிப்பிடப்பட்டுள்ளதாகக் கூறினான். பேசாமல் வீட்டைக்காலி செய்துவிட்டுத் தன்னுடன் வந்து ரூமில் தங்கிவிடுமாறு சொன்னான்.

எனக்குத் தெரியும். அவன் சொன்ன அத்தனை காரணங் களுக்கும் மீறிய ஏதோ ஒரு காரணம் இதற்குப்பின் ஒன்று

உள்ளதென்பது. இந்த நிகழ்விற்குப் பின்னும் கனவும் காலிங் பெல்லும் என்னை விடுவதாயில்லை. சில சமயங்களில் இரவிலும் புலர்காலையிலும் காலிங் பெல் அடித்து என்னைக் கடுப்பேற்றியது. ஒரு முறை கதவைத் திறந்த போது வீட்டு ஓனர் சொன்னது போலவே சில சிறுவர்கள் எங்கள் வீட்டைத் திரும்பித் திரும்பிப் பார்த்தபடி ஓடிக்கொண்டிருந்தார்கள். எனக்கு அவர்கள்மேல் அப்போது கோபம் வரவில்லை. மாறாக நிம்மதியும், சந்தோசமுமே வந்தது. ஆனாலும் அன்றே வீட்டு ஓனரின் அனுமதியுடன் அங்கிருந்த காலிங் பெல்லை அகற்றி–விட்டேன். ஒருவழியாக ஒரு தொல்லையிலிருந்து தப்பித்தேன்.

இந்தக் கனவிலிருந்து தப்பிப்பதுதான் எனக்குப் பெரும்பாடாக இருந்தது. அதற்கும் எனக்கொரு வழி கிடைத்தது டாஸ்மாக்கில். கல்லூரியில் தொடங்கிய இந்தப் பழக்கம், வேலை கிடைத்து சுற்றித்திரிந்த பேச்சிலர் தினங்களில் உச்சம் பெற்று மானசா வருகைக்குப் பின் முற்றிலும் நின்று போனது. அவளே இல்லை என்றான பின்பு அவளுக்குச் செய்து கொடுத்த சத்தியமாவது சப்பாத்தியாவது. அன்றுதான் காலிங் பெல்லை கழற்றிவிட்ட மகிழ்ச்சியில் ஹாஃப் சிக்னேச்சருடன், கொஞ்சம் சைடு டிஷ்சும் சேர்த்து எனது மூன்று தொல்லைகளுக்கும் முடிவுகட்டத் தொடங்கினேன். ஆம் மூன்றாவதாகக் குறிப்பிட்டது மானசா வைத்தான்.

எப்போது உறங்கிப் போனேன் என்று நினைவிலில்லை. டி.வி. மட்டும் அதுபாட்டிற்கு ஓடிக்கொண்டிருந்தது. தலைவலியும் குளிரும் வதைத்தெடுக்கவே விழிப்பு தட்டிவிட்டது. வெளியே மழை பிடித்து அறைந்து கொண்டிருந்தது. வலதுகாற் பெருவிரலால் டி.வி.யை எட்டி அணைத்துவிட்டு, காலிற்கு கீழேயிருந்த அந்த மஞ்சள் பூப்போட்ட போர்வையை எடுத்துத் தலை வரை இழுத்து மூடினேன். மானசாவின் கழுத்துவாசத்தை இந்தப் போர்வை கொஞ்சம் கடன் வாங்கியிருந்தது போலும். அப்போது அவளது கழுத்து முகர்ந்து, இடுப்பு வளைத்த ஞாபகத்தில் தலையணையை நெருக்கியவாறு என்னையறியாமல் தூங்கிப் போனேன்.

மீண்டும் “கிர்ர்ர் கிர்ர்ர்” என்று காலிங் பெல் அடிக்கத் தொடங்கியது. ◉

(உயிரோசை 2011)

விசுவாசம்

சிமெண்ட் தரையில் பெருக்குமாறால் பெருக்கும் சத்தம் வாசலைத் தாண்டி காதில் ஒலித்தது. அதைத் தொடர்ந்து சுபா வாசல் தெளிக்கும் சத்தமும் வந்தது. இன்னும் இரண்டு நிமிடங்களில் சரட் சரட்டென்று பேருக்குக் கோலமென்று ஒன்றை இழுத்துவிட்டு, என்னை எழுப்ப வந்துவிடுவாள். பெரும்பாலும் நான்கு புள்ளி நான்கு வரிசைக்கு மேல் அவள் கோலம் வரைந்ததாய் நினைவில்லை. தீபாவளி, பொங்கல் போன்ற விசேஷ நாட்களில் மட்டும் கலர் கோலங்கள் காணக்கிடைக்கும். இத்தனை காட்சிகளும் நான் கண்களை மூடிய நிலையிலும் என் கண்ணுக்குள் வந்து போயின. போன பொங்கலன்று அவள் போட்டு வைத்த பச்சைக்கலர் கரும்பும் சாய்ந்திருந்த பொங்கல் பானையும் கூடக் கனவு போல வந்து போனது. அதோடு அன்றைக்கு அவள் போட்ட சண்டையும் காட்டுக் கூச்சலும்.

"இன்னைக்கு இன்னும் பால் வரல. கடைக்குப் போயி நீங்கதான் காபி வாங்கியாரணும்" – இது என்னை எழுப்ப உபயோகப்படுத்தப்படும் உத்தி களில் ஒன்று.

எங்கள் கோவிந்தன் மாஸ்டரின் ஃபில்டர் காபி ஏனோ நினைவுக்கு வந்தது. விழுங்கும் ஒவ்வொரு துளியும் நுனி நாக்கில் தித்திப்பையும் அடி நாக்கில் மென்கசப்பையும் தந்து போகும். மாலையில் கிடைக்கும் அந்த ஒரு காபிக்காகவே எவ்வளவு மணி நேரம் வேண்டுமானாலும் வேலை பார்க்கலாம். நேற்று ஆனது போல, இரவு ஒரு மணி ஆன போதும் கூட.

உள்ளே பாத்திரங்கள் உருட்டும் சத்தம் கேட்டது. இதற்கு மேலும் தூங்கினால், எப்போது வேண்டுமானாலும் வீட்டின் வானிலை மாறக்கூடும்.

"இன்னிக்கு தேதி மூணாயிடுச்சு. ஏற்கனவே போன மாச சீட்டுக்கும் சேத்து இந்த மாசம் தர்றதா சத்திரப்பட்டியாளுக்கிட்ட சொல்லியிருக்கோம். நேத்தே பூ கொடுக்கப் போகும் போது ஒரு தடவ ஞாபகப்படுத்திடாக. நாம என்ன பேங்குலயா வேல பாக்குறோம். ஒண்ணாம் தேதியானா டாண்ணு வந்து கொட்டுறதுக்கு. ம்.."–சமயம் கிடைக்கும் போதெல்லாம் என் சர்வர் வேலையைக் குத்திக்காட்டுவதில் அவளுக்குக்கொரு சிற்றின்பம்.

"ஓனரு இன்னைக்கு வேலை முடிஞ்சதும் எடுத்துத்தந்துருவாரு. இரண்டு மாசத்துக்கும் சேர்த்துக் கொடுத்துடலாம்" தூக்கக் கலக்கத்தில் ஒலித்த என் குரல் எனக்கே அன்னியமாய்ப்பட்டது.

"ஓ.. இரண்டு மாசத்துக்கும் சேத்துக் கொடுத்துட்டா இந்த மாசம் புவ்வாவுக்கு என்ன பண்றதாமாம்?" மேகங்கள் என்னைச் சூழ்வதை என்னால் உணர முடிந்தது.

"அத போன மாசம் தீவாளிக்கு நீ போத்தீசுக்கு போறதுக்கு முன்னாடி யோசிச்சுருக்கணும்" இப்போது என் குரல் தெளி வானது போலிருந்தது.

"வருசத்துக்கொரு தடவ எடுக்குற ஒரு புடவயும் ஒங்க கண்ணுக்குப் பொறுக்கலயா.. அவ அவ மாசத்துக்கு ஒண்ணா போட்டு மினுக்குறா. நா என்ன உங்ககிட்ட கட்டி கட்டியா தங்கமா கேட்டேன். கட்டுறத்துக்கு ஒரு புடவைக்கும் வக்கில் லனா இத நா எங்க போயி சொல்றது" எதிர் பார்த்தது போலவே சட்டென்று மாறியது வானிலை. இனிமேல் இடியும், மழையும்

நிச்சயம். எப்போதாவது பெய்தால் இனிக்கும் அதே மழை, எப்போதும் பெய்தால் எரிச்சலே மிச்சமாகும்.

“வர்ற 7 ஆயிரத்துல வட்டிக்கும், சீட்டுக்கும் 4 ஆயிரம் போச்சுனா மீதில எப்படிக் குடும்பம் நடத்துறதாம் ஒவ்வொண்ணும் விக்கிற விலையில. இதுல இவனுங்க வேற தெனந்தெனம் பெட்ரோலு வெலய ஏத்துறோய்ங்க. அதத் தொட்டுத் தொட்டு ஒவ்வொண்ணா ஏத்துறாய்ங்க. இவுக சம்பளம் மட்டும் வருசத்துக்கு ஐநூறு ரூபாய் ஏத்துவாக. இத்தனையையும் கட்டி மேய்க்கிறதுக்குள்ள மனுசிக்கு போதும் போதும்ன்னு ஆயிடுது. சம்பளத்த கொஞ்சம் கூட்டித் தந்தாதான் என்னவாம். ராப்பகலா உழைச்சாலும் காக்காசு மிஞ்சுறதில்ல. அப்புறம் என்னத்துக்கு இப்படிக் கஷ்டப்படனும். உங்க ஓட்டல்ல ரேட்டு மட்டும் மாறாமலேயேவா இருக்கு? இதெல்லாம் நா கெடந்து புலம்பி என்ன பிரோசனம்? அதுக்கு மொதல்ல இந்த மவராசன் வாயத் தொறந்து பேசணும். அப்புறந்தானே ஏத்திக் கேட்கிறதுக்கு. வாயைத் திறந்தா முத்தா உதிர்ந்திடும். எல்லாத்துக்கும் கோவில் மாடு மாதிரி தலையை ஆட்டிட்டு வந்தா என்னதான் பண்றதோ” மழை இன்றைக்குக் கொஞ்சம் அதிகமாகவே பெய்தது. சம்பளம் வரும் வரை இது ஓய்வதற்கான வாய்ப்பேயில்லை.

அவளைச் சொல்லியும் குற்றமில்லை. நான் பார்க்கிற சர்வர் வேலையில் வருகிற சம்பளத்தில் ஒரு குடும்பத்தை ஓட்டுவதும் அவ்வளவு சுலபமில்லை.

“தம்பி, வியாபாரமெல்லாம் முன்னப்போல இல்ல. இப்ப எல்லா ஓட்டல்காரனும் குளு குளு ஏ.சி–யும், பள பள தரையும் வச்சு விதவிதமா செஞ்சு ஜமாய்க்கிறாங்க. இங்க வர்றவங்கெல்லாம் பழக்கத்துக்கும், நம்ம கோவிந்தனோட கை மணத்துக்குந்தான் வர்றாய்ங்க. அதுவும் ஒரு நாள் போல ஒரு நாள் இருக்கிறது இல்ல. இத நான் சொல்லிதான் உனக்குத் தெரியனுமில்ல. நீயும் பத்துப் பதினஞ்சு வருசமா இங்கதான் இருக்க. உனக்கே தெரியாதா?” இதெல்லாம், நான் போன தடவை ஆயிரம் ரூபாய் ஏற்றிக் கேட்ட போது, ஐநூறு மட்டுமே ஏற்றிவிட்டு அதற்கு சின்னவர் சொன்ன காரணங்கள். சிறு பாராபட்சமுமின்றி என் தோள் மீது கை போட்டு ஓர் உற்ற

நண்பனிடம் பகிரும் பாவனையுடன் அவர் இதைச் சொல்லும் போது என்னால் என்ன எதிர்த்துப் பேச இயலும்?

எங்கள் ஓட்டலின் பெயர் சாந்தி விஹார். அந்த சாந்தி இப்போதைய ஓனரின் சகோதரி. இவரது அப்பா தன் ஆசை மகள் பெயரில் தொடங்கிய ஓட்டல் இது. நான் வேலைக்குச் சேர்ந்த புதிதில் மூன்று வேளையும் இயங்கி வந்த ஓட்டல் இப்போது மதியம், இரவு என்று இரண்டே வேளையாகிப் போனது. எங்கள் ஓட்டலின் சாம்பார் வடையும் சேமியா கேசரியும் முப்பது வருடங்களாக இவ்வூர் மக்களின் நா நரம்புகளை உயிர்ப்புடன் வைத்திருந்தன. சின்னவர் கல்லாப் பெட்டியில் உட்கார்ந்த அதே நேரத்தில்தான் நானும் இங்கு வேலைக்குச் சேர்ந்தேன். பெரியவரின் ஆட்களாக இருந்த ஓட்டலில் நான் மட்டுமே சின்னவரின் ஆளாய் அடையாளம் காணப்பெற்றேன். எங்கள் சின்னவரிடத்தில் எனக்கு எப்போதும் நற்பெயர் உண்டு. சொல் பேச்சு தட்டாத குணமும் கோபமே வராத என் இயல்பும் செய்வதைத் திருந்த செய்யும் பழக்கமும் வாடிக்கையாளரிடத்தும் சின்னவரிடத்தும் எனக்கு நல்ல மதிப்பை ஏற்படுத்தியிருந்தன.

◉ ◉ ◉

எங்கள் வீட்டு வானிலை எப்படித்தான் தெரியுமோ இந்த சந்திரனுக்கு. எப்படியும் கண்டுபிடித்து விடுவான். அன்றைக்கும் அப்படியே, “என்னண்ணே.. வீட்டுல விசேசமா?” கழுவி வைக்கப்பட்ட தட்டுகளை அடுக்கியவாறே கேட்டான்.

“அட ஏம்பா நீ வேற.. வெந்த புண்ல..” போட்டு வந்த சட்டையை மாற்றிக்கொண்டேன்.

“அதான் ஆளப் பாத்தாலே தெரியுதே.. என்னாச்சுண்ணே? வழக்கம் போலத்தானா?” அடுத்தவர் விசயத்தில் மூக்கை நுழைக்கும் நம் குணம் நாம் விலங்குகளாக சுற்றியலைந்த காலத்திலிருந்தே வந்த பரிணாமத் தொடர்ச்சி என்று ஒரு தடவை கஸ்டமர் ஒருவர் பேசியதைக் கேட்ட நினைவு. இப்போது சந்திரனுக்கு வால் முளைத்தது போல கற்பனை செய்து கொண்டேன்.

“ஆமாம் சந்திரா.. தினமும் பொழுது விடிஞ்சு பொழுது சாயுறதுக்குள்ள போதும் போதும்ன்னு ஆயிடுது.. ஸ்ஸ்ப்பா..

ஒரே இடி மின்னல் மழைதான்'' அவன் எதிர்பார்த்த பதில் கிடைத்திருக்கும்.

''அது சரிதாண்ணே வாங்குற சம்பளத்துல பேச்சிலர் எங்களுக்கே காலம் தள்ள முடியல.. குடும்பஸ்தன் நீங்கெல்லாம் எப்படித்தான் சமாளிக்கிறீங்களோ'' ஆதங்கத்துடன் வெளிப்பட்ட அவன் பேச்சு ஏனோ கொஞ்சம் ஆறுதலாய்க் கூட இருந்தது. ஆனால் அன்றைக்கு எப்படியோ சொல்லி வைத்தாற் போல அவனும் சம்பளத்தைப் பற்றியே ஆரம்பித்தான்.

சாம்பாரில் ஊறாத வடை போன்று ஒட்டாத என் சிரிப்பு அவனை மேலும் தூண்டிவிட்டிருக்க வேண்டும்.

அவனே தொடர்ந்தான். ''நீங்க ஏன் அண்ணே சின்னவருக்கிட்ட சம்பளத்தக் கொஞ்சம் கூட்டிக் கேட்கக் கூடாது?'' என் சம்பளத்தை மட்டும் சின்னவர் தனியாக உயர்த்திவிட முடியாது என்பது அவனுக்குத் தெரியாமலிருக்க வாய்ப்பில்லை.

''அதான் போன தடவக் கேட்டப்ப அவர் எல்லார் முன்னாடியும் தானே காரணம் சொன்னார்? ''

''ஆனா.. அவர் சொன்ன அத்தன காரணமும் உண்மையா என்ன? நாளுக்கு நாள் ஓட்டலுக்கு வர்றவங்க எண்ணிக்கை கூடிக்கிட்டு தானே போகுது. நேத்தைக்குக் கடைசிக் கேசரி கட்டும் போது கூட சூடு குறையலயே? நீங்களே சொல்லுங்க. இப்போ உடனடியா கூட ஒண்ணும் கூட்ட வேண்டாம், இதோ அடுத்த மாசம் பொங்கலோட சேர்த்துக் கூட்டலாமே''.

''ஏய் சந்திரா.. நடக்கிற காரியமா பேசுப்பா.. அவரு ஐநூறு கூட்டி முழுசா ஆறு மாசம் கூட ஆகல.. ஒவ்வொரு தடவையும் சித்திர ஒண்ணுக்கு தானே கூட்டுறது வழக்கம். இதென்ன நீயும் வருஷப் பொறப்ப மாத்தச் சொல்றியா? அந்தக் காலம் முடிஞ்சுடுச்சு தெரியுமுள்ள?'' என்று கொத்துமல்லி போல கொஞ்சம் அரசியல் தூவினேன்.

''இதெல்லாம் கூட வேண்டாம்ண்ணே.. இதோ நம்ம ஊர்ல பால் டிப்போகிட்ட புது ஓட்டல் ஒண்ணு தொறந்துருக்காங்க.. புதுசா வேலைக்கு வர்றவங்களுக்கே ஐயாயிரம் தர்றாங்களாம். நீங்கெல்லாம் போனா குறைஞ்சது எட்டாயிரம் நிச்சயம்ணே.. ஒழுங்கா பாத்தா அப்படியிப்படி கல்லா காவலுக்குக் கூட உட்காரலாம்''

''ஏலேய்... நீ என்ன சொல்ற.. இருக்கிற வேலைய விட்டுட்டு அங்க போகச் சொல்றியா... காசுக்கு மட்டும்தான் வேலை இந்த வேலையப் பாக்குறேன் நினைக்கிறியா நீயி? பசியோட வர்றவனுகளுக்கு ருசியோட பலகாரம் கொடுக்கும் போது அவுக முகம் மாறும் பாரு.. வரும் போதெல்லாம் என்னைத் தேடிப்பார்த்து ஆர்டர் சொல்ற பரமசிவம் அண்ணாச்சிய அங்க பார்க்க முடியுமா? இல்ல அப்பப்ப வந்தாலும் ஒவ்வொரு தடவயும் எம் வீட்டைப்பத்தி அக்கறையா விசாரிக்கும் பெரிய வூட்டுக்காரர் மாதிரி வருமா? ஒரு வேளை சாப்பாடு கூட முழுசா கிடைக்காத காலத்துல மூணு வேளை சோறும் போட்டுச் சம்பள மும் கொடுத்தது யாரு? அந்த புது ஓட்டல்காரனா? மழைக்கு ஒழுகுற ஓட்டு வீட்டுல இருந்தப்ப எத்தனை தடவ இந்த ஓட்டல் மேசையில இழுத்துப் போட்டுத் தூங்கியிருப்பேன் தெரியுமா? இவ்வளவு ஏண்டா.. என் கல்யாணத்த நடத்தி வச்சதே நம்ம சின்னவருதான்டா.. அவரு ஒரு வார்த்த சொல்லலன்னா எனக் கெல்லாம் எவன் பொண்ணு கொடுத்திருப்பான்ற? இதெல் லாம் உனக்குத் தெரியாது விடு''

''அண்ணே நீங்க சொல்றது வாஸ்தவந்தான்.. சரி இப்படி பண்ணுங்கண்ணே.. வேலைய விட்டு அங்கெல்லாம் போக வேண்டாம். அங்க போகப் போறேன்னு நம்ம சின்னவருகிட்ட ஒரு வார்த்த சொல்லுங்க.. பதறியடிச்சுட்டு உங்களுக்கு வேண்டி யதப் பண்ணுவாருண்ணே.. உங்களுக்குண்ணே இங்க ஒரு கூட்டமிருக்குண்ணே''

''ஏய்.. இதெல்லாம் நல்லாவாயிருக்கும்? அட போப்பா.. நான் என்ன நம்ம கோவிந்தன் மாஸ்டரா ? போறேன்னு சொன்னதும் கேட்டதுக்கும் ஒரு மடங்கு கூடக் கொடுக்கிறதுக்கு.. போ.. போயி வேலய கவனிப்பா.. கஸ்டமர் வர்ற நேரமாச்சு''

''நம்ம கோவிந்தன் அண்ணாச்சிக்குத் தரும் போது உங்களுக்குத் தரமாட்டாரா? அப்படிப் பார்த்தா அவரவிட நீங்க இங்க சீனியர். சின்னவருக்கு எல்லாரவிட க்ளோசும் கூட.. உங்கள நம்பித்தானே அப்பப்போ அவரு கல்லாவக் கூட விட்டுட்டுப் போறாரு.. நீங்களே சொல்லுங்க''

''அதென்னவோ உண்மைதான்.. சரி இன்னைக்குச் சம்பளம் தரும் போது பாக்கலாம். உங்கண்ணிய வேற என்னால சமாளிக்க முடியல''

அன்றைக்கு வெள்ளிக்கிழமையாதலால் இரவு நேரக் கூட்டம் அதிகமாக இருந்தது. வேலை மும்முரத்தில் சந்திரனுடன் பேசிய அத்தனையும் கற்பூரமாய் கரைந்து போனாலும், சின்னவர் சம்பளம் பிரித்துத் தரும் போது, மீண்டும் தீயாய்ப் பற்றிக்கொண்டது.

எல்லாருக்கும் சம்பளம் கொடுத்துவிட்டு, கணக்குப் பார்த்து விட்டுக் கடைசியாக எனக்குக் கொடுப்பதே அவர் வழக்கம். அப்போது அவர் சாவதனமாக வீடு, ஓட்டல், சினிமா என்று ஏதாவது பேசிக்கொண்டிருப்பார். சில சமயங்களில் இருவரும் இணைந்து இரவுக்காட்சிக்குச் செல்வதும் உண்டு. அன்றும் அத்தகைய தனிமை வாய்த்தது.

நானே ஆரம்பித்தேன். "அண்ணாச்சி உங்ககிட்ட ஒரு விஷயம் பேசணும்"

"சொல்லுங்க தலைவரே என்ன விசயம் அல்லது விசேஷம்?" அவர் சற்று குதூகலாமாயிருந்தாரென்றால் ஆள் வித்தியாசம் பார்க்காமல் தலைவரே என்றழைப்பது அவரது வழக்கம். அதைச் சொல்லும் போது, அவரது கன்னக்குழி சிரிப்பும் அசைந்தாடும் சிறு தொப்பையும் என் கவனத்தைக் கலைத்தன.

"அதொண்ணுமில்ல அண்ணாச்சி... நான் இந்த மாசத்தோட வேலைய விட்டுடலாமுன்னு இருக்கேன்"

இதைச் சற்றும் அவர் எதிர்ப்பார்க்கவில்லை என்பதை அதுவரையிருந்த புன்னகை மாறிய முகம் காட்டிக் கொடுத்தது. அழியாத விபூதி பூசப்பட்ட அகன்ற நெற்றி ஒரு நொடி சுருங்கிப் பின் விரிந்தது. "வேலைய விட்டுட்டு சோத்துக்கு என்ன பண்ணப் போறீக?" கடைசி வார்த்தையை அவர் உதிர்க்கும் போது அவரது முகம் மறுபடியும் இயல்பு நிலையை அடைந்திருந்தது. புன்னகை மீண்டும் வந்து தொற்றிக்கொண்டது. ஆனாலும் அது வலிந்து புகுத்தப்பட்டதைப் போலிருந்தது.

"அதெல்லாம் சமாளிச்சுதானே ஆகணும் அண்ணாச்சி"

"அப்போ சமாளிக்க முடிவெடுத்தாச்சு போலிருக்கு.. யாராச்சும் ஏதாவது உங்கள சொன்னாகளா? கஸ்டமர் யாராச்சும் சத்தம் போட்டாகளா?" பணத்தை ஒரு பொருட்டாகச் சொல்லி நான் வந்து நிற்க மாட்டேன் என்று அவருக்குத்தான் என் மேல்

எவ்வளவு நம்பிக்கை. ச்சே என் மேல் எனக்கே வெட்கமாக வந்தது.

"அப்படியில்ல அண்ணாச்சி.. வாங்குற சம்பளம் கைக்கும் வாய்க்கும் கூட பத்தமாட்டிக்கு.. போன தடவயே அண்ணாச்சிகிட்ட சொன்னதா ஞாபகம்"

"ஞாபகமெல்லாம் இருக்குது தலைவரே.. நானும் காரணமெல்லாம் எடுத்துச் சொன்னதா எனக்கு ஞாபகம். சரி விடுங்க.. இப்போ எங்க போறதா உத்தேசம்?"

"உங்ககிட்ட சொல்றதுக்கு என்ன அண்ணாச்சி? பக்கத்துல.. டிப்போ கிட்ட புது ஓட்டல் ஒண்ணு தொறந்திருக்காகல அங்கதான்"

"அவுக எவ்வளவு தர்றதா சொல்லியிருக்காக?"

"எட்டு வரைக்கும் தர்றேங்குறாங்க"

"ஓ.. ரொம்ப சந்தோஷம். சரி அப்போ போயிட்டு வாங்க. நல்லபடியா இருங்க. வீட்டுல கேட்டதா சொல்லுங்க. வாழ்த்துக்கள்" என்று சொல்லிவிட்டு இந்த மாத சம்பளத்தைக் கையில் திணித்தார். அதை வாங்கி எண்ணாமல் பையில் திணித்துக்கொண்டு கண்ணீர் கண்களை மறைக்கத் திரும்பிப் பார்க்காமல் வெளியேறினேன். இப்போதும் என்மேல் எனக்கு வெட்கமாக வந்தது. ◉

(உயிரோசை 2011)

பொதுப் புத்தி

பெய்யாமல் படுத்தும் மழை அவ்வப்போது பெய்தும் படுத்துவது சென்னை வாங்கி வந்த வரம். புழுக்கமும் புழுதியும் அப்பியிருக்கும் வீதிகள், சென்னையின் அடையாளக் குறிப்புகள். அப்படியொரு வீதியின் ஓரம் அமைந்திருந்தது அந்த டீக்கடை. அய்யப்பன் டீக்கடை, ராமராசு டீக்கடை என்று டீ போடுபவரின் பெயரால் அழைக்கப்படும் டீக்கடைகள் எல்லாம் நம் ஊர்ப்பக்கங்களில் மட்டுமே சாத்தியம். அடுத்த வீட்டுக்காரன் பெயரே தெரியாத இந்த ஊரில் டீ போடுபவரின் பெயரைத் தெரிந்து வைத்திருக்க வேண்டும் என்று எதிர்பார்த்தால் தவறு எதிர்பார்த்தவனுடையதே.

ஆனால் சீனுவுக்குத் தெரியும். அங்கு டீ போடுபவரின் மகன் எந்தப் பள்ளியில் படிக்கிறான் என்பதிலிருந்து பக்கத்துப் பெட்டிக் கடைக்காரருக்கு எத்தனை பெண்டாட்டிகள் என்பது வரை எல்லாம் சீனுவுக்கு அத்துப்படி. சீனு, சோழிங்கநல்லூரில் இருக்கும் ஓர் ஐ.டி. நிறுவனத்தில் வேலை பார்க்கும் கடைநிலை ஊழியன். மென்பொருள் கட்டுமிடத்தில் சேரும் குப்பைகளைக் கூட்டுவதும், தூசுகளைக் களைவதுமே இவன் வேலை. ஆனால்

அந்த மென்பொருள் கட்டடத்தின் வன்பக்கங்கள் அனைத்தையும் இவன் அறிவான். இவனுக்கு பகல், இரவு என்று வாரா வாரம் 'ஷிப்ட்' மாறும்.

சில்வர் ஸ்க்ரீன் கனவுடன் பஸ் ஏறியவன் பாவம், சிலிக்கான் குப்பைகளில் சிக்கிக்கொண்டான். ஆனால் குளுகுளு அறைகளில் வேலை என்ற ஒன்றே அவனது ஆற்றாமையை மட்டுப்படுத்த போதுமாய் இருந்தது. ஆனாலும் அங்கு அவனுக்குப் பிடிக்காத ஒரு விஷயம், யாரிடமும் அவனால் நன்றாகப் பேச முடியாது. குப்பை கூட்டும்போது கூட சத்தம் கேட்கக் கூடாது. எப்போதும் சில கண்கள் அவனை நோட்டமிட்டவாறு இருக்கும்.

வேலைக்குச் செல்லும்போது அந்த டீக்கடையில் வந்து ஆற அமர ஓர் அரை மணி நேரமாவது பேசினால்தான் அவனுக்கு அன்றைய வேலையே ஓடும். அன்றைக்கும் அப்படித்தான் டீ குடித்துக்கொண்டே 'ரஜினி சுரேஷி'டம் பேச்சுக் கொடுத்துக் கொண்டிருந்தான். டீ போடும் சுரேஷ் ரஜினி பக்தன். அவனது வலது கையில் வரைந்திருக்கும் பெயரை டீ வாங்கும்போது கொஞ்சம் உற்றுப் பார்த்திருந்தாலே அது தெரிந்திருக்கும்.

"என்னா சுரேசு.. உங்க தலைவர் படம் என்னப்பா ஆச்சு? எடுப்பாங்களா மாட்டாங்களா?"

"ஏண்டா இன்னைக்குத் தலைவர் தலைல கை வைக்கிற. நாங்கெல்லாம் முன் வைச்ச கால பின் வச்சதேயில்ல தெரியு முல்ல.."

"இல்லப்பா.. உடம்பு சரியில்லயே.. சரியாடிடுச்சோ இல்லை யோன்னு கேட்டேன்."

"டேய்.. அவரு சிங்கம்டா.. "

சட்டென்று அருகில் பெட்டிக்கடை தாண்டி சலசலப்பும், சத்தமும் வர இருவர் கவனமும் அங்கு சென்றது. கொஞ்சம் கொஞ்சமாய் அங்கு கூட்டம் கூடத் தொடங்கியது.

சீனுவும் மீதியிருந்த டீயை ஒரே மடக்காக வாயில் ஊற்றிவிட்டுக் கூட்டத்தை நோக்கி விரைந்தான்.

அங்கே ஒரு யமகா பைக் கீழே சாய்ந்து கிடந்தது. ஒருவனைப் பிடித்து இருவர் அடித்துக்கொண்டிருந்தார்கள். அடிவாங்குபவன்,

சீனுவின் நிறுவனத்துக்கு எதிரே உள்ள ஓர் ஐ.டி நிறுவனத்தில் வேலை செய்பவன் என்பதை அவன் அணிந்திருந்த அடையாள அட்டையை வைத்தே கண்டுகொண்டான்.

அவனின் சட்டைக் காலரை அழுத்திப் பிடித்தவாறு, "இவனுகளுக்கெல்லாம் இதே வேலையாப் போச்சு. டெய்லி எவனாவது இப்படி வந்துடுறானுங்க" என்று சீறிக்கொண்டிருந்தார் ஒரு பொதுநலச்சக்கரவர்த்தி.

அடிவாங்கிக் கொண்டிருந்தவனோ மழையில் நனைந்த கோழி போல வெலவெலத்து நடுங்கிக் கொண்டிருந்தான். முகமும் உடலும் வியர்வையில் நனைந்திருந்தன.

"என்னாவாம் சார் ?" – பொதுவாய்க் கேட்டான் சீனு.

"வேகமாக வந்து ஒரு பெரியவர இடிச்சுட்டான்பா.. இவனுங்களுக்கெல்லாம் கண்ணு முகத்தில இருக்கா, இல்ல பொடதில இருக்கானே தெரியல" என்று அவனும் பொதுவாய்த் திட்டினான்.

"ஆமாமா.. எப்பப் பார்த்தாலும் காதுல இரண்டு வயரைச் சொருகிட்டே அலைவானுங்க.. முண்டங்க.. மனுசன் என்ன பேசுறான்.. ரோட்டுல யார் நடக்குறாங்க.. பின்னாடி யாரு ஹாரன் அடிக்கிறாங்கனு ஒரு எழவும் தெரியறதில்ல"

"ஆமா சார்.. இன்னும் செவுட்டுல இரண்டு இழுப்பு இழுங்க சார்.. அப்பதான் இவனுகளுகெல்லாம் புத்திவரும்.. குருட்டுக் கபோதிங்க" –கூட்டத்திலிருந்து ஒரு குரல்.

"இருபது வயசுலேயே கை நிறைய சம்பாதிக்கிறாங்க.. கலர் கலரா சுத்துறாங்க.. பொறுப்பே கிடையாது. மனுஷன் மேல மருவாதியே கிடையாது"– இது சீனு.

"நல்லா நாலு சாத்து சாத்தினாதான் இவியங்களுக்கெல்லாம் புத்தி வரும். இவனப் பார்த்தாவது நாலு பேரு திருந்துவாய்ங்க. அன்னைக்குக் கூட இப்படித்தான் ரோட்டுல தான் பாட்டுக்கு சூசான்னு போய்க்கிட்டு இருந்த ஒரு கிழவி மேல ஒருத்தன் வண்டிய விட்டுட்டான். இவனுங்களுக்கெல்லாம் காச வாங்கிட்டு லைசன்சு கொடுக்கிறான் பார் அவன அடிக்கணும்

முதல்ல" என்று ஷங்கர் படத்து சைடு ஆக்டர் போல ஒரு குரல் சீனுவின் பின்னாலிருந்து வந்தது.

அங்கு சாலைப் பாதுகாப்புக்காக நின்று கொண்டிருந்த போலீஸ் ஒருவர் வர, அவனை அடித்துக் கொண்டிருந்தவர்கள் பின்வாங்கி வழிவிட்டனர். கூட்டத்திலிருந்து இரண்டு மூன்று பேர் விலகி நடக்கத் தொடங்கினர்.

"யோவ் என்னய்யா ஆச்சு.. ஏன்யா இவரப் போட்டு அடிக்கிறீங்க?.. தள்ளு தள்ளு.. ஓரமாப்போ.."

"வண்டில வேகமாக வந்து நடந்து வந்துகிட்டு இருந்த பெரியவர இடிச்சுட்டான் சார் இந்தாளு" என்றான் சற்று நேரம் முன்புவரை வண்டியில் வந்தவனின் சட்டையை இறுக்கிப்பிடித்திருந்த இருவரில் ஒருவன்.

"இல்ல சார்.. அந்தப் பெரியவர்தான் கொஞ்சம் தடுமாறித் தடுமாறி நடந்தாரு. அதுல பேலன்ஸ் தவறி விழுந்துட்டேன். அவரும் வண்டி மேல விழுந்துட்டாரு. அதுக்குள்ள எல்லாரும் வந்து அடிக்கிறாங்க சார்" என்று கிட்டத்தட்ட அழும் குரலில் கூறினான் அடி வாங்கியவன். விழுந்த அடியில் விரல்கள் அவன் கண்களை இடித்திருக்க வேண்டும். இடது கண் மட்டும் ரத்தச் சிவப்பாய் இருந்தது.

"எங்கய்யா அந்தப் பெரியவர்?"

"இங்கதான் சார் நின்னுகிட்டு இருந்தாரு"

"அதான் எங்க அவரு?"

"ஏய் இங்க நின்னுக்கிட்டு இருந்தாரே.. நாலு நாள் தாடியோட வெள்ளைச் சட்டை, வெள்ளை வேட்டி"

"யாராவது பார்த்தீங்களாப்பா அவர?"

வராத அழைப்புகளுக்குச் சிலர் செல்பேசியில் பதில் சொல்லத் தொடங்கினர். கூட்டம் கலையத் தொடங்கியது. சீனு, தனது தற்காலிக அடையாள அட்டையைக் காண்பித்து அன்றைய நாளேட்டில் தனது வருகையைப் பதிவு செய்துகொண்டி ருந்தான்.⦿

(உயிரோசை 2011)

ஐ போன் எக்ஸ்

1

சில நூறு ஆண்டுகளுக்கு முன்னர் இங்கு பாம்புகளும், பட்சிகளும் புழங்கிய அடர்ந்த காடொன்று இருந்திருக்கக்கூடும். சில பத்து ஆண்டுகளுக்கு முன்னர் பயிர்களாடும் பசுமை போர்த்திய வயலொன்று இருந்தது. இன்று நாட்டின் முன்னணி தகவல் தொழில் நுட்ப நிறுவனங்களில் ஒன்று எழுந்து நிற்கிறது. இப்போதும் கூட கூடுகளின் தடயங்களைத் தேடி பறவைகள் வந்து போய்க்கொண்டுதான் இருக்கின்றன.

உள்ளே நுழைந்ததும் இடப்பக்கம் அமைந்திருந்த தலைமைக் காவல் அதிகாரி அலுவலகத்தில் ப்ரவீன் காத்துக் கொண்டிருந்தான். ஒரு பக்கம் வாக்கி டாக்கியில், கரகரப்புகளுக்கு இடையே இந்தியில் சம்பாசணைகள் நடைபெற்றுக் கொண்டிருந்தன. வார முதல் நாளுக்கே உண்டான பரபரப்புகளில் அந்த அலுவலகம் தத்தளித்துக்கொண்டிருந்தது. செய்து முடிக்க வேண்டிய வேலைகளை தன் சகாக்களிடம் பட்டியலிட்டுக்கொண்டிருந்தார் அதன் தலைமை அதிகாரி.

அவரது வயதை நாற்பத்தைந்திலிருந்து ஐம்பதுக்குள் மதிப்பிடலாம். ஒட்ட வெட்டப்பட்ட

சிகை. நேர்த்தியாக அயர்ன் செய்து, பட்டன் மாட்டி, இன் செய்யப்பட்ட முழுக்கை வெள்ளைச்சட்டை. நாற்காலியில் முதுகைச் சாய்க்காமல் அவர் அமர்ந்திருந்த தோரணை– எல்லாம் ஓர் ஓய்வு பெற்ற ராணுவவீரனுக்கே உரியவை. ப்ரவீனின் பக்கம் திரும்பிய அவர், 'தயவு செய்து, தங்களின் அடையாள அட்டையை சட்டைப் பையிலிருந்து வெளியே எடுத்துத் தொங்க விட முடியுமா?' என்றார் இலக்கணம் மீறா ஆங்கிலத்தில்.

ப்ரவீன், தனது இடதுகைப் பெருவிரலால் தனது அடையாள அட்டையை எடுத்து வெளியே விட்டான்.

'நன்றி! சொல்லுங்கள் நான் உங்களுக்கு எப்படி உதவ முடியும்?' மேசையில் கலைந்து கிடந்த காகிதங்களை ஒன்றாக அடுக்கி சீர்படுத்தியபடி கேட்டார்.

'அலுவலகக் காவலாளி ராஜீவைப் பார்க்க வேண்டும்'

'எந்த ராஜீவ்?'

'நான்காவது பில்டிங். மூன்றாவது தளம்.'

'அந்த அமெரிக்க வங்கித் தளமா?'

'ஆமாம்.. அதுவே தான்.'

'ஓ.. ராஜீவ் காரியா. பிஹாரி. இன்றிலிருந்து அவன் வேலைக்கு வரமாட்டான் என்றும், அவனுக்குப் பதில் வேறு ஆளை அனுப்புவதாகவும் அவன் சார்ந்த ஒப்பந்த நிறுவனத்தினர் இப்போதுதான் தகவல் அனுப்பியிருக்கிறார்கள். ஏன் ஏதேனும் பிரச்சனையா?'

'அ.. அப்படியா.. நன்றி! இல்லை. ஒன்றுமில்லை. '

'உங்களுக்கு வேண்டுமானால், அந்த ஒப்பந்த நிறுவனத்தை அழைத்து அவனின் தொலைப்பேசி எண்ணை வாங்கித் தரட்டுமா?' என்று கேட்டபடி தன்னுடைய ஃபோனில் தொடர்பு எண்ணைத் தேடத் தொடங்கினார்.

'இல்லையில்லை.. அவசியம் இல்லை. மிக்க நன்றி' என்று மெலிதாக தலையை வலதுமிடதுமாக அசைத்துவிட்டு ப்ரவீன் அந்த அறையை விட்டு வெளியேறினான். மூன்று நாட்களாய் விடாத மழை, அப்போதும் மெலிதாகத் தூறிக் கொண்டிருந்தது.

ப்ரவீன் தனது பையிலிருந்து ஐபோன் எக்ஸ் மொபைலை எடுத்து, தனது வலது கைச் சுட்டுவிரலால், பிறந்த குழந்தை ஒன்றை வருடும் பாவனையில் தொட்டுத் தடவிக்கொண்டான்.

2

அந்த 'ஐபோன் எக்ஸ்' அவன் கைக்கு வந்து அன்றோடு எட்டாவது நாள். அன்றைய தேதிக்கு அது இந்தியாவில் அறிமுகம் ஆகியே பத்து நாட்கள்தான் ஆகியிருந்தன. தங்களுடைய முதல் திருமண நாளுக்கு ப்ரவீனுக்குப் பரிசளிப்பதற்காக ஸ்வேதா தருவித்திருந்தாள். விலை சற்று அதிகம்தான். அதன் இந்திய விலை ஒரு லட்சத்து மூன்றாயிரம் ரூபாய்கள். ஸ்வேதாவினுடைய ஒன்றரை மாதச் சம்பளம். புதிதாக வாங்கவிருக்கும் வீட்டின் இரண்டுமாத இ.எம்.ஐ. வைத்துக் கொண்டிருக்கும் காரின் மதிப்பில் ஏழில் ஒரு பங்கு.

மெழுகுவர்த்தியின் நிழலாடும் வெளிச்சத்தில், அவளுக்குப் பிடித்த 'சாக்லேட் ஃப்ட்ஜ்' கேக் வெட்டி, பாண்டிச்சேரி- யிலிருக்கும் நட்சத்திர ரிஸார்ட் ஒன்றின் புக்கிங் டிக்கட்டுகளை அவளின் கையில் இவன் கையில் திணித்த போது, அவள் பரிசுத்துணி போர்த்தியிருந்த அந்த ஐபோன் பெட்டியை அவனுக்குப் பரிசளித்தாள்.

அன்றைய பின்னிரவில், கொஞ்சம் கேக்கும் நிறைய முத்தங்களும் பரிமாறிக் கொள்ளப்பட்டன.

ஆண்ட்ராய்டுக்குப் பழகியிருந்த விரல்களை ஐபோனுக்குப் பழக்குவதில் கொஞ்சம் சிரமம் இருந்தது பிரவீனுக்கு. ஆனாலும் அந்தத் தொடுதிரையின் நேர்த்தியும், வழவழப்பும், தொட்டதும் சிடுக்கென்று முடுக்கிக் கொள்ளும் அதன் செயலிகளும், காமிராவின் துல்லியமும், ஒலியின் தெளிவும் அவனுக்கு மிகவும் பிடித்துவிட்டது. இரவும், பகலும் அதைப் பற்றி ஏதேனும் புதிது புதிதாக ஒன்றைக் கண்டுகொள்வதிலேயே அவனுக்குப் பொழுது கழிந்தது. சில நேரங்களில் பொழுது விடிந்தது.

நடு இரவில் விழித்தால்கூட, கைகளால் மெல்லத்தடவி அதை ஒரு முறை ஆன் செய்து பார்த்துவிட்டுப் படுத்துக் கொள்வான். நடுவில் விழிக்கும் போது போனை எடுத்துப் பார்ப்பதென்பது

போய், அதைப் பார்ப்பதற்காகவே விழிப்பது என்ற நிலைக்கு வந்திருந்தான். வால்டர் எழுதிய 'ஸ்டீவ் ஜாப்ஸ்' புத்தகத்தை அமேஸானில் வாங்கித் தருவித்தான். ஃபோன் வந்துவிட்டாலும் கூட அதற்கான துணைப் பொருட்கள் அத்தனை சீக்கிரம் வந்தடையவில்லை. அந்த மாத இறுதியில்தான் எக்ஸ் போனுக்கான முன், பின் பாதுகாப்பு உறைகள் வெளிவரும் என்று தெரிவித்திருந்தார்கள். அதனால் போனைக் கையாளும் ஒவ்வொரு முறையும் அதீத கவனம் செலுத்த வேண்டியிருந்தது.

நடுவில் ஒருமுறை ஓட்டலில் சாப்பிடும் போது, போனை சட்டென்று மேசையில் வைக்காமல் தன் கர்ச்சீப்பை விரித்து அதன் மேல் ஃபோனை வைப்பதைப் பார்த்ததும் ஸ்வேதா, அவனறியாமல் தனக்குள் புன்னகைத்துக் கொண்டாள். அளவில் சற்று பெரிய ஃபோன்தான் என்றாலும் அதை ஜீன்ஸைத் தவிர மற்ற பேண்ட்களில் வைப்பதில் பெரிய சிக்கலெதுவும் இருக்கவில்லை. ஆனாலும் பைக்கில் செல்லும் போது ஒவ்வொரு பத்தடிக்கு ஒரு முறை, தன் பாக்கெட்டில் போன் சரியாக வைக்கப்பட்டிருக்கிறதா என்று சரி பார்த்துக் கொள்வது வழக்கமாகிப் போனது.

இவை எல்லாவற்றையும் விட அவனுக்கு வேறு ஒரு சிக்கல் இருந்தது. அவன் வேலை பார்க்கும் சமீபத்திய 'ப்ராஜக்ட்' ஓர் அமெரிக்க வங்கியுனுடையது. அதனால் பாதுகாப்பு காரணங்களுக்காக அந்தத் தளத்துக்குள் கேமரா மற்றும் இணைய வசதி கொண்ட ஃபோன்களுக்கு அனுமதியில்லை. வெளியே இருக்கும் காவலாளியிடம் கொடுத்துவிட்டுப் போய்விட வேண்டும். அதற்கு அவர் ஒரு டோக்கன் கொடுப்பார். தேவைப்படும் சமயங்களில் அந்த டோக்கனைக் கொடுத்து திரும்பப் பெற்றுக் கொள்ளலாம்.

இதனால் முதல் இரண்டு நாட்கள் ஃபோனை அலுவலகம் எடுத்துப் போகாமல் இருந்தான். ஆனாலும் புதிய ஃபோனை எத்தனை நாட்கள்தான் நண்பர்களுக்குக் காட்டாமல் வைத்திருப்பது?. அதனால் மூன்றாவது நாளில் இருந்து வெல்வெட் துணியில் செய்த சுருக்குப்பைப் போலிருந்த ஒன்றில் வைத்து அலுவலகம் கொண்டு செல்ல ஆரம்பித்தான்.

அப்போதுதான் அங்கு வைக்கப்படும் ஃபோன்களுக்கு காவலி ருக்கும் ராஜீவைச் சந்தித்தான்.

3

நவீனத்தின் எந்த ஒரு சுவடும் தீண்டாத ஜார்கண்டிலுள்ள ஒரு சின்ன கிராமம் – ராஜீவ் காரியாவினுடையது. பழங்குடி- யினத்தைச் சார்ந்த ராஜீவின் முன்னோர்கள் அங்கிருந்த ஜமீன் ஒன்றில் விவசாயக் கூலிகளாக வேலை பார்த்து வந்தனர். ஜமீன்களின் இடத்தைப் பின்பு வந்த செல்வந்தர்கள் பிடித்துக்கொண்ட போதும் இவர்கள் இடம் அப்படியேத்தான் இருந்தது. அக்காக்கள், தங்கைகள் கொண்ட பெரிய குடும்பம் ராஜீவுடையது. கடைசிப் பையனாக வந்துவிட்டதால் ஆறாம் வகுப்பு வரை பக்கத்திலிருந்த பள்ளியில் படித்து முடித்து விட்டான். அந்தச் சுற்று வட்டாரத்தில் தன் பெயரை ஆங்கிலத்தில் எழுதும் வல்லமை கொண்ட ஒரே ஆள் ராஜீவ் மட்டும் தான்.

ஆங்கிலத்தைவிட கணிதத்தில் அதிக ஆர்வமுண்டு அவனுக்கு. ஒருமுறை சொந்தக்கார அண்ணன் ஒருவனின் திருமணத்துக்கு துணியெடுக்கப் பக்கத்து டவுணுக்குச் சென்ற போது, வெளியே ஒரு தாபாவில் சாப்பிட்டார்கள். அங்கு ரொட்டி ஒன்றுக்கு ஐந்து ரூபாய். அன்றிலிருந்து கண்ணில் படும் பொருட்களையெல்லாம் ரொட்டிகளாக எண்ணிப் பார்த்துப் பரவசமடைவான். ஒரு நாள் கூலி ஐந்து ரொட்டிகள். இரண்டு கிராம் மோதிரம் கூட அவனுக்கு ஆயிரம் ரொட்டிகளாகவே தெரியும்.

மேற்கொண்டு படிக்கச் செல்ல வில்லை. சூரியன் இருக்கும் வரை காடுகளில் கூலி வேலை. இரவில் காரியாக்களுக்கே உரித்தான் பிரத்யேக நடனம். இதுதான் ராஜீவுனுடைய உலகம். ஆனால், அவன் பதின்களைக் கடந்து வளர்ந்து நிற்கும் போது அக்குக்கிராமத்திலிருந்து வெளியேறிட வேண்டும் என்று நினைத் தான். அடிமைப்பட்டு கிடப்பது குறித்து அவனுக்குள் ஆயிரமா யிரம் கேள்விகள் இருந்தன. அத்தனை தளைகளையும் உடைத் தெறியும் வேட்கை அவனுள் கொஞ்சம் கொஞ்சமாக வளர்ந்து கொண்டிருந்தது.

பக்கத்து டவுண் ஒன்றில் வேலைக்கு ஆள் எடுக்க வந்ததும் முதல் ஆளாகப் போய் நின்றான். பின்பு, அங்கிருந்து நேராகச்

சென்னை வந்து சேர்ந்தான். சென்னை அவனுக்கு மிகப்பெரும் ஆச்சர்யங்களைத் தனக்குள் பொதித்து வைத்திருந்தது. கான்கிரீட் காடுகளும், எப்போதும் எங்காவது ஓடிக்கொண்டே இருக்கும் மக்களும், அவர்களின் நடை, உடை, பாவனை என்று ஒவ்வொன்றும் அவனை ஆச்சர்யப்படுத்தியது.

மேன்சன் வாழ்க்கைக்கும், சோறு–சாம்பாருக்கும் பழகிவிட்டிருந்தான். முதலில் அந்த ஐ.டி. நிறுவனத்தில் பார்க்கிங் ஒழுங்கு செய்யும் வேலை கொடுத்தார்கள். தனது விசிலுக்குக் கட்டுப்படும் கார்கள் மீது அவனுக்கு பிரேமை கூடியது. நாள் முழுவதும் நின்று கொண்டே இருக்க வேண்டும். அது வெயிலோ மழையோ. காடுகளில் அலைந்து திரிந்தவனுக்கு அதொன்றும் அத்தனை பெரிய காரியமாய் இருக்கவில்லை. குட்டையான, சற்றே கருத்த உருவமென்றாலும் கூட ஓடி, ஆடி வலுத்த கால்கள் அவனுடையவை.

பார்க்கிங்கில் இருந்து, அவனுக்கு வாயில் காவல் கிடைத்தது. உள்ளே வரும் ஒவ்வொருவரையும் அவர்களின் அடையாள அட்டைகளைச் சரி பார்த்து உள்ளே அனுமதிக்க வேண்டும். அது இல்லாமல் வரும் யாரொருவரையும் தடுத்து நிறுத்தி கேள்வி கேட்கும் அதிகாரம் அவனுக்கு வழங்கப்பட்டு இருந்தது. கொஞ்சம் கொஞ்சமாக ஆங்கிலம் பேசக் கற்றுக்கொண்டான். 'ஷோ மீ' என்பதை 'ஜோ மீ' என்பான். ஆனால் அங்கே தொடர்வதில் அவனுக்கு இரண்டு சிக்கல்கள் இருந்தன. ஒன்று அந்த நிறுவன வளாகம் எங்குமே புகையிலை பயன்படுத்த அனுமதியில்லை. மற்றொன்று அவனைக் கடந்து செல்லும் பெண்கள் தெளித்து வரும் வாசனைத் திரவியங்கள். அவை அவனுக்கு கடும் கிளர்ச்சியூட்டின.

அங்கே இங்கே பேசி ஒருவழியாக அங்கிருந்து மாறி, நான்காவது பில்டிங்கில் உட்கட்டட காவலுக்கு வந்தான். காலணி பாதுகாக்கும் இடங்களில் வைக்கப்பட்டிருப்பதைப் போல கூடுகள் கொண்ட மரத்தால் செய்யப்பட்ட அலமாரிக்கு அருகில் அவனுக்கு ஒரு இருக்கை கொடுக்கப்பட்டிருந்தது. வெளியே வைக்கப்படும் மொபைல்களுக்கு டோக்கன் கொடுக்க வேண்டும். அந்த டோக்கனைத் திரும்பிக் கொடுக்கும் போது அதற்குரிய மொபைலை எடுத்து உரிமையாளரிடம் கொடுக்க

வேண்டும். அனைத்தும் உயர்ரக ஃபோன்கள். எனவே மிகக் கவனமாக இருக்க வேண்டும். ஒன்றுக்கு எழுந்து போவதானால் கூட ஆள் வரும் போது மாற்றிவிட்டுத்தான் போக வேண்டும். உட்கார்ந்தபடியே வேலை பார்க்க வேண்டும். எட்டு மணி நேரத்துக்கும் மேலே ஒரே இடத்தில் அமர்ந்திருப்பதுதான் அவனுக்கு ஆகக் கொடுமையான விசயமாக இருந்தது.

அந்த வெறுமையைப் போக்க அவ்வப்போது ஃபோன் கொடுக்கவோ எடுக்கவோ வரும் நிறுவன ஊழியர்களிடம் பேச்சுக் கொடுப்பான். சிலர் மதித்துப் பேசுவார்கள். வேறு சிலர் மொபைலிலிருந்து கண்ணை எடுக்காமல் பதில் சொல்லிவிட்டுக் கடந்து விடுவர். அப்போது அவனுக்கு உடலெங்கும் சிவப் பெறும்புகள் கடித்தது போலிருக்கும்.

அப்படி ஒரு நாளில் தான், ப்ரவீன் தன்னுடைய புது ஃபோனை மெதுவாக சட்டையில் ஒருமுறை துடைத்து, வெல்வெட் துணி கொண்ட கவரின் உள்ளே போடும் போது ராஜீவ் கவனித்தான்.

"ஸார்... நிய்யு போன் ஸார்?" என்று கண்கள் விரியக் கேட்கும் போதே மனதுள் அதன் விலையை யூகித்து, அதை ரொட்டிகளாக மாற்றிப் பார்த்துக்கொண்டிருந்தான்.

ப்ரவீன் பதிலொன்றும் சொல்லாமல், இறுக்கிப் புன்னகைத்து ஆம் என்பதாய் 'உம்' கொட்டினான். ப்ரவீன் உள்ளே போனதும், போன் வைக்கப்பட்டிருந்த இடத்தில் இருந்த டோக்கனை கீழே விழாமல் உள்ளே தள்ளுவது போல பாவனை செய்தபடியே அது வைப்பட்டிருந்த வெல்வெட் உறையின் மேலே மெதுவாகத் தடவிப் பார்த்தான்.

அன்று, சாயுங்காலம் வேலை முடிந்து வீடு திரும்ப வந்த ப்ரவீனிடம் போனை எடுத்துக் கொடுக்கும் போது, "என்னா சார்.. இன்னு கவுர் போட்லியா?" என்று ப்ரவீனின் கைகளிலிருந்த அந்த ஃபோனைப் பார்த்தவாறே கேட்டான்.

"இல்லை.. போட வேண்டும்.. ஆர்டர் செய்திருக்கிறேன்.. அடுத்த வாரம் வந்து விடும்" என்று சொல்லிவிட்டு, ப்ரவீன் ஃபோனை வாங்கிக் கிளம்பிவிட்டான்.

அடுத்த நாள் காலையில், ராஜீவ் டோக்கன் கொடுத்துவிட்டு, போனை வாங்கிக் கையில் வைத்து எடை போடுவது போல செய்தவாறே, 'பிக் வெயிட் ஸார்' என்றான்.

இந்தமுறை ப்ரவீன் அந்தச் செய்கையை விரும்பவில்லை. எதுவும் பேசாமல் டோக்கனை மட்டும் வாங்கிவிட்டு திரும்பிச் சென்றுவிட்டான். மீண்டும் சிவப்பெறும்புகள். உள்ளே போய் இருக்கையில் அமர்ந்ததும் அப்படிச் செய்திருக்க வேண்டாமோ என்று நினைத்தான். ஒரே நிமிடம்தான். அதன்பின் அன்றைய வேலையில் மூழ்கிப் போனான்.

அன்று சாயுங்காலம் மொபைல் வைக்கும் இடத்தில் வேறு ஒருத்தன் காவலுக்கு இருந்தான். அடுத்த நாள் காலையும் அவன் அங்கிருக்கவில்லை. ஆனால், அதற்கு அடுத்த நாள் சாயுங்காலம் அவன் இருந்தான். ப்ரவீனே இந்த முறை பேச்சு கொடுத்தான், "எங்கே நேற்று ஆளைக் காணோம்?" என்றான். உடன் தங்கியிருக்கும் நண்பன் ஒருவன் கட்டடம் கட்டும் வேலையில் சாரம் சரிந்து இறந்துவிட்டதாகக் கூறினான். அதைச் சொல்லும் போது ராஜீவின் கண்களிலோ முகத்திலோ எந்த ஒரு பாவமும் இருக்க வில்லை. கண்கள் இரண்டும் ப்ரவீனின் ஃபோன் மீதே கவிந்திருந்தன. டோக்கனைக் கொடுத்துவிட்டு மொபைலை எடுத்து அதற்குரிய அடுக்கில் வைக்கும் முன்னர் மெதுவாக இறகால் புண்ணைத் தடவது போல் தடவினான். டோக்கன் பெற்றுவிட்டு ரிஜிஸ்டரில் பெயர் எழுதும் போது ப்ரவீன் அதைப் பார்த்துவிட்டான். அவனுக்கு அது சுத்தமாகப் பிடிக்கவில்லை.

'ஸார்.. இது ஹவ் மச் ஸார்' என்றான்.

'அதெல்லாம் உங்களுக்கு எதுக்குங்க.. உங்க வேலைய மட்டும் பாருங்க.. போனை எடுத்து முதல்ல உள்ள வைங்க' என்று சடசடவென்று திட்டிவிட்டு உள்ளே போனான்.

அன்று நன்றாக மழை பிடித்துக் கொண்டது. ப்ரவீன் வெளியேறும் போது அவன் அங்கே இருக்கவில்லை. மழையின் பொருட்டு அலுவலகமே பரபரப்பாய் காலியாகிக் கொண்டிருந்தது. ப்ரவீன் மொபைலை வாங்கி பேண்டில் வைக் காமல் கர்ச்சீப்பில் சுற்றி, ஒரு பாலீத்தீன் கொண்ட கவர் ஒன்றில் சுற்றி தனது லேப்டாப் பையில் போட்டுக் கொண்டான்.

வீடு வந்ததும், மொபலைச் சுற்றியிருந்த பாலீத்தீனை எடுத்து கர்ச்சீப்பைக் கழற்றினான். திரை முழுவதும் வரி வரியாக கண்ணாடியின் கீறல்கள்.⊙